സമ്മാനം

Sammanam
Children's Literature

K K Vasu

CHINTHA PUBLISHERS
Thiruvananthapuram

First Edition
May 2014

Second Edition
February 2016

Second Impression
January 2021

Published & Typesetting
Chintha Publishers, Thiruvananthapuram

Cover Design
Sudheer P Y

ISBN - 978-93-85045-82-0

CR - 2218 / 5461

Email: chinthapublishers@gmail.com
Website: www.chinthapublishers.com

Distribution
DESHABHIMANI BOOKHOUSE
H O Thiruvananthapuram 695035

Branch
Head Office Kunnukuzhi • Statue Thiruvananthapuram •
KSRTC Bus Station Thiruvananthapuram
KSRTC Bus Station Alappuzha • KSRTC Bus Station Ernakulam •
Machingal Lane Thrissur • IG Road Kozhikode •
Mavoor Road Kozhikode • NGO Union Building Kannur •
Central Bus Terminal Complex Thavakkara Kannur

സമ്മാനം

(ബാലസാഹിത്യം)

കെ കെ വാസു

ചിന്ത പബ്ലിഷേഴ്സ്
തിരുവനന്തപുരം-695 035

കെ കെ വാസു

സാഹിത്യത്തിൽ കേന്ദ്രസർക്കാർ അവാർഡ് (1 ലക്ഷം രൂപ), എൻ സി ഇ ആർ ടി ദേശീയ അവാർഡ്, കേരള സാഹിത്യ അക്കാദമി അവാർഡ്, ബാലസാഹിത്യ അക്കാദമി അവാർഡ്, സ്റ്റേറ്റ് അവാർഡ്, സാഹിത്യപ്രവർത്തക സഹകരണ സംഘം അവാർഡ്, ക്രിസ്റ്റ്യൻ ലിറ്ററേച്ചർ സൊസൈറ്റി അവാർഡ്, ഇന്റർനാഷണൽ ബുക്ക് ഫെയർ അവാർഡ്, ഭീമ അവാർഡ് തുടങ്ങി പതിമൂന്നോളം അവാർഡ് ലഭിച്ചിട്ടുണ്ട്. ടെലിവിഷനിൽ സർക്കാരിന്റെ ഇലക്ട്രോണിക് മീഡിയ അവാർഡും ഫിലിമിൽ ചിൽഡ്രൻസ് ഫിലിം ഫെസ്റ്റിവെൽ അവാർഡും എഞ്ചിനീയറിങ്ങിൽ കേരള സർക്കാരിന്റെ എനർജി കൺസർവേഷൻ അവാർഡും ലഭിച്ചു. മലയാളത്തിലും ഇംഗ്ലീഷിലുമായി 50 ലേറെ ഗ്രന്ഥങ്ങൾ എഴുതിയിട്ടുണ്ട്. 775 ലേറെ വിശേഷാൽ ടി വി പ്രോഗ്രാമുകളുടെ ഗവേഷണവും രചനയും അവതരണവും നിർവഹിച്ചു. ലോകത്തിലെതന്നെ ആദ്യത്തെ ഓഫ് ഷോർ വേവ് എനർജി നിലയത്തിന്റെ സി പി (കൺട്രോൾ പാനൽ) ഐ ഐ ടി യുടെ സഹായത്തോടെ, നിർമിച്ച് പ്രവർത്തിപ്പിച്ചു.

കൃഷ്ണൻ എഴുത്തച്ഛന്റെയും ലക്ഷ്മിയമ്മയുടെയും ഒമ്പത് മക്കളിൽ മൂത്തവനായി ജനിച്ച് തന്റെ അനുജൻ രാമനോടൊപ്പം കാട്ടിൽ പണിയെടുത്ത് ബാല്യം കഴിച്ചുകൂട്ടി. 18-ാം വയസിൽ സ്വയം പഠിച്ച് മദ്രാസ് യൂണിവേഴ്സിറ്റിയുടെ പ്രീ-യൂണിവേഴ്സിറ്റി പരീക്ഷയിൽ പ്രശസ്ത വിജയം നേടി. തുടർന്ന് സ്കോളർഷിപ്പോടെ ഇലക്ട്രിക്കൽ എഞ്ചിനീയറിങ് കൺട്രോൾ സിസ്റ്റം, ഇലക്ട്രിക് ഡിസൈൻ എന്നിവയിൽ വിശേഷാൽ പഠനം നടത്തി.

ശാസ്ത്രകേരളം കുടുംബജീവിതം, ജി കെ ഡൈജസ്റ്റ് ഇൻവെസ്റ്റർ എന്നിവയുടെ പത്രാധിപരായിരുന്നു.

ഗവൺമെന്റിന്റെ സിവിൽ സർവീസ് അക്കാദമിയിലും ഐ ഇ ഐ കേരള സ്റ്റേറ്റ് സെന്ററിലും കെ എൽ എം ലും വിസിറ്റിങ് ഫാക്കൽട്ടിയായും ഇ ഡി സിയുടെയും ഐ സി ഐ സിയുടെയും ഓണററി ഡയറക്ടറായും പ്രവർത്തിക്കുന്നു.

ഭാര്യ : എസ് വി കമലാദേവി
മക്കൾ : ലതിക, രാജ്കമൽ
വിലാസം : ശങ്കർ ലൈൻ, തിരുവനന്തപുരം 695 010

ഉള്ളടക്കം

ഭാഗം - നാല്
രസികൻ കഥകൾ

താൻ കൊടും വെയിൽ കൊണ്ടിട്ടു
തണലേകുന്നു തൈമരം,
നിനക്കു ദുഃഖം വന്നാലും
നീയന്യനു തുണയ്ക്കണം

–ജി

മാതാപിതാക്കളുടെ വിലമതിക്കാനാവാത്ത
സമ്പത്താണ് മക്കൾ.
അവർക്ക് നൽകാവുന്ന ഏറ്റവുംവലിയ
സമ്പത്താണ് ഈ സമ്മാനം.
ഒരിക്കലും നശിക്കാത്ത ധനം.

കെ കെ വാസു

പ്രസാധകക്കുറിപ്പ്

സാമാന്യഗതിയിൽ അഗ്രാഹ്യമോ ദുർഗ്രാഹ്യമോ ആയ വിഷയങ്ങൾ സരസമധുരമായി ലളിതസുന്ദരമായി ആവിഷ്കരിക്കുന്ന കൃതികളാണ് ഉൽക്കൃഷ്ട ബാലസാഹിത്യത്തിനുതന്നെ നവീനമായ ഭാവുകത്വം നൽകുന്ന *സമ്മാനം* എന്ന് തീർത്തും പറയാം. ഇലക്ട്രോസ്റ്റാറ്റിക് ബലത്തെപ്പറ്റിയും ആധുനിക രസതന്ത്രതത്വങ്ങളെപ്പറ്റിയും സ്കൂൾ തലം മുതൽ സർവകലാശാലാതലം വരെ പഠിക്കാനുള്ളതും പഠിക്കേണ്ടതും പഠിക്കാൻ പ്രയാസമുള്ളതുമാണ്. അതാണ് കെ കെ വാസു തേൻകനിയുടെ മാധുര്യമുള്ള കഥയാക്കുന്നത്. സിവിൽ സർവീസ്, ക്യാറ്റ്, ജെ ഇ ഇ (ഐ ഐ ടി എൻട്രൻസ്) എയിംസ് തുടങ്ങിയ പ്രധാന മത്സരപരീക്ഷകൾക്ക് പ്രയോജനപ്പെടുന്ന മെന്റൽ എബിലിറ്റി കഥകളും വിശിഷ്ട വിജ്ഞാനകഥകളും വികാരഭരിതമായിത്തന്നെ ഇതിൽ ആറ്റിക്കുറുക്കി പറഞ്ഞു പോകുന്നുണ്ട്. ഏത് കുട്ടിക്കും ഏത് വീട്ടിലും കിട്ടുന്ന സാധന സാമഗ്രികളുപയോഗിച്ച് ഇതിലെ കണ്ടുപിടിത്തങ്ങളോരോന്നും പരീക്ഷിച്ച് നോക്കാവുന്നതുമാണ്. ബാലഭാവന ഉദ്ദീപിപ്പിക്കുക, ശുഭപ്രതീക്ഷ വളർത്തുക, അന്വേഷിക്കാനും കണ്ടെത്താനുമുള്ള തൃഷ്ണ ജനിപ്പിക്കുക വഴി നാട്ടിനുചേർന്ന സാങ്കേതികവിദ്യക്കും സംസ്കാരത്തിനും കളമൊരുക്കുക, സർവോപരി മനുഷ്യനെ മനുഷ്യത്വമുള്ളവരാക്കുക — ഇതെല്ലാമാണ് ഇതിലെ കഥകൾ നിറവേറ്റുന്ന മൗലിക ധർമം.

അങ്ങനെ വിജ്ഞാനവും വിനോദവും സാഹിത്യവും വേർതിരിക്കാനാവാത്തവിധം കൂടിക്കലർന്നൊഴുകുന്ന ഈ കഥാപുസ്തകം ഞങ്ങൾ അഭിമാനപൂർവം ചോരതുടിക്കുന്ന ചെറുകൈകളിലേക്ക് സമർപ്പിക്കുന്നു.

ഈ ഗ്രന്ഥത്തിന്റെ മലയാളത്തിലും ഇംഗ്ലീഷിലുമുള്ള ഓരോ കോപ്പി എല്ലാ വീട്ടിലും ഉണ്ടായാൽ ഇരു ഭാഷകളിലുമുള്ള വൈഭവം ബോധത്തിന്റെ ഭാഗമാക്കിത്തീർക്കാൻ കഴിയും. ആകയാൽ പ്രിയപ്പെട്ടവർക്കുള്ള വിലപ്പെട്ട സമ്മാനമായിട്ടും ഈ *സമ്മാനം* തന്നെ നൽകുക. മലയാളത്തിലുള്ള *സമ്മാന*വും ഇംഗ്ലീഷിലുള്ള *The Gift* ഉം മക്കളുടെയും മാതാപിതാക്കളുടെയും മലയാളവും ഇംഗ്ലീഷും ഒരേസമയം നന്നാവും.

ചിന്ത പബ്ലിഷേഴ്സ്

ഭാഗം ഒന്ന്

കേൾക്കാത്ത കഥകൾ
കേൾക്കേണ്ട കഥകൾ

പ്രകൃതീശ്വരി പ്രത്യക്ഷപ്പെടുന്നു

ഈ വേനൽ ഒഴിവിന് പതിവുപോലെ മാഞ്ചുവട്ടിൽ ഒരുകൂട്ടം കുട്ടികൾ ഒത്തുകൂടി. കളിച്ചു തളർന്നപ്പോൾ അവർക്ക് കഥകേൾക്കാൻ മോഹമായി.

അവർ കണ്ണടച്ച് ധ്യാനിച്ച് പ്രകൃതീശ്വരിയോട് അപേക്ഷിച്ചു:

"ദേവി, കേട്ടാലും കേട്ടാലും മതിവരാത്ത ആ കഥകൾ ഒരിക്കൽക്കൂടിപറയൂ."

അവർ ആവർത്തിച്ച് അപേക്ഷിച്ചു:

"ഒരിക്കൽക്കൂടി പറയൂ."

അവർ വീണ്ടും താണ് കേണു.

"ആ കഥകൾ ഞങ്ങൾ ഒരിക്കൽക്കൂടി കേൾക്കട്ടെ."

പ്രകൃതീശ്വരിക്ക് ഏറ്റവും പ്രിയം കുട്ടികളോടാണ്. അതുകൊണ്ട് തന്നെ അവരുടെ അപേക്ഷ കേട്ടയുടനെ പ്രകൃതീശ്വരി കഥ തുടങ്ങി.

പ്രകൃതീശ്വരി അന്ന് അരുളിച്ചെയ്ത കഥകൾ അപ്പടി ഇവിടെ പറയാം. എല്ലാവരും കേട്ടുകൊള്ളുക.

ഭൂമിദേവി ഒറ്റയ്ക്ക്

ഭൂമീദേവി വരം വാങ്ങുന്നു

പണ്ടുപണ്ട് ഭൂമിയിൽ ആരുമില്ലായിരുന്നു. ഭൂമീദേവിമാത്രം ഒറ്റയ്ക്ക്. ഒറ്റയ്ക്കായാൽ പേടിയാവില്ലെ? ഭൂമീദേവി പേടിച്ച് കിടുകിടാ വിറച്ചു. ഒടുവിൽ കൂട്ടിന് മക്കളുണ്ടാവാനായി തപസ്സ് ആരംഭിച്ചു- കൊടുംതപസ്സ്. പതിനൊന്ന് സംവത്സരം തപസിൽ മുഴുകി.

ഒടുവിൽ ബ്രഹ്മാവ് പ്രസാദിച്ചു.

ബ്രഹ്മാവ് മാത്രമല്ല, യഹോവയും അല്ലാഹുവും കനിഞ്ഞു. മൂന്നു പേരും ഒന്നിച്ച് പ്രത്യക്ഷപ്പെട്ട് ഭൂമീദേവിയോട് പറഞ്ഞു:

"മോളെ ഇഷ്ടമുള്ള വരം വരിച്ചുകൊള്ളൂ."

ഭൂമീദേവി ജഗൽപിതാവിനെയും യഹോവയെയും അല്ലാഹുവിനെയും വന്ദിച്ചു വരം ചോദിച്ചു:

"എനിക്ക് ഒറ്റ വരമേ വേണ്ടൂ. രണ്ട് മക്കളുണ്ടാവണം. അവരിൽ നിന്ന് സകല ചരാചരങ്ങളുമുണ്ടാവണം. എന്റെ ഉടലായ ഭൂതലം എന്നെന്നും പച്ചച്ച് കാണണം."

"അങ്ങനെയാവട്ടെ" ബ്രഹ്മാവ് അനുഗ്രഹിച്ചു.

"മക്കളിൽ ഒരാൾ ചെറിയോൾ ആയിരിക്കും" യഹോവ അരുളിച്ചെയ്തു.

ഭൂമീദേവിയുടെ മുഖം വാടി.

"സങ്കടപ്പെടേണ്ട. ചെറിയോൾ മിടുക്കിയാവും. ലോകം മുഴുവൻ അവളെ സ്തുതിക്കും," അല്ലാഹു അനുഗ്രഹിച്ചു.

ഇത്രയും പറഞ്ഞ് ഈശ്വരന്മാർ മറഞ്ഞു.

എനിക്ക് ഒറ്റ വരമേ വേണ്ടൂ

ചെറിയോളും വലിയോനും ജനിക്കുന്നു

വരം ഫലിച്ചു.

കുട്ടികൾ ജനിച്ചു.

അവർ പിറന്നു വീണപ്പോൾ ഒരുഗ്രൻ മിന്നലും ഇടിമുഴക്കവും ഉണ്ടായി. ഒരായിരം സൂര്യൻമാരുടെ തിളക്കമുണ്ടായിരുന്നു മിന്നലിന്.

മിന്നലോടൊപ്പം ആകാശത്തുനിന്ന് അല്ലാഹുവിന്റെ അശരീരി:

"മനുഷ്യന്റെ മാതാവാകാൻ പോകുന്ന ഭൂമികന്യകേ ഇതാ നിന്റെ മക്കൾ പിറന്നിരിക്കുന്നു. ഇവർ നിമിത്തം ഭൂമിയിൽ എല്ലാം ഉണ്ടാകും. ഇരുണ്ട ഭൂമി പച്ചച്ചു നിൽക്കും."

പക്ഷേ ഭൂമിയമ്മയ്ക്കു പോലും ചെറിയോളെ കാണാനായില്ല. കാരണം, അവൾ ചെറിയോളല്ലേ. ചെറിയോരിൽ ചെറിയോൾ.

അവന്റെ അമ്മമാത്രമല്ല, ആരും അവളെ ഇന്നുവരെ കണ്ടിട്ടില്ല. അത്രക്ക് കൊച്ചാണവൾ. കേൾക്കണോ? ഒരു മില്ലീമീറ്ററിന്റെ 4×10^{10} ൽ

(400,000,000,000 ൽ) ഒരംശം പോലും അവൾക്കു വലിപ്പമില്ല.

തൂക്കമോ?

ഒരു ഗ്രാമിന്റെ 10^{26} ൽ

(1 000 000 000 000 000 000 000 000) ഒരംശംപോലും വരില്ല.

അതുകൊണ്ട് തന്നെ ഭൂമീദേവിക്കും സ്വന്തം മകളെ കാണാനായില്ല.

അതുകൊണ്ട് ദേവി വിങ്ങിവിങ്ങി കരഞ്ഞുകൊണ്ട് വിളിച്ചു.

"മോളേ.....പൊന്നുമോളേ............ എന്റെ മക്കളേ............"

"എന്താ അമ്മേ?"

"ആരാ ഇത്. വലിയോനോ ചെറിയോളോ?"

"ചെറിയോൾ"

"ങ്ആ......"

ചെറിയോളും വലിയോനും

“അമ്മ സങ്കടപ്പെടാതെ. ചെറിയോളാണെങ്കിലും ഞാൻ തേജോമയിയാണ്. എനിക്കു സൂര്യനെപ്പോലെ തേജസുണ്ട്. ചാർജ് ഉണ്ട്.”

“എന്തു ചാർജ്?”

“മൈനസ് ചാർജ്.”

“അമ്മേ ഇവൾക്ക് മാത്രമല്ല. എനിക്കുമുണ്ട് ചാർജ്.” വലിയോൻ പറഞ്ഞു. എന്റെ ചാർജ് പ്ലസ് ആണ്. അമ്മ എന്നെ പോസിറ്റീവ് ചാർജ് എന്നു വിളിച്ചോളൂ.

“എനിക്ക് മോളേക്കാൾ മൈനസ് ചാർജിനെക്കാൾ 1840 ഇരട്ടി തൂക്കം കൂടും.”

“ചാർജ് ആർക്കാ കൂടുതൽ? മോൾക്കോ മോനോ?” ഭൂമീദേവി ചോദിച്ചു.

“ചാർജ് ഇരുപേർക്കും തുല്യം: 1.6×10^{-19},” പ്ലസ് ചാർജ് പറഞ്ഞു.

അങ്ങനെ ഭൂമീദേവി തന്റെ മക്കളുടെ ചാർജിനെപ്പറ്റി ആദ്യമായി അറിഞ്ഞു.

അപ്പോൾ മോന്റെ സ്വരം–

“ഏയ്! നമ്മെ കൊളുത്തിവലിക്കുന്ന ഈ കാണാത്ത കൈ ആരുടെ?”

അതറിയാൻ അടുത്ത കഥ വായിക്കൂ.

കാണാത്ത കൈ

മക്കൾ ജനിച്ചിട്ട് കാലം എത്രയോ കഴിഞ്ഞുപോയി!

പരിണാമത്തിന്റെ ഒരു മഹാഘട്ടം തന്നെ കടന്നുപോയി. അതിനിടെ ഭൂമിയിൽ എണ്ണമറ്റ ജീവികളും വസ്തുക്കളും ഉണ്ടായി. അതിലൊക്കെ പോസിറ്റീവ് ചാർജും നെഗറ്റീവ് ചാർജും ഉണ്ടായിരുന്നു. ഇതാ നോക്കൂ.

നിങ്ങൾ കുടിക്കുന്ന വെള്ളത്തിൽ
കഴിക്കുന്ന ഭക്ഷണത്തിൽ
എഴുതുന്ന പേനയിൽ
ഇരിക്കുന്ന കസേരയിൽ
വായിക്കുന്ന പുസ്തകത്തിൽ
എല്ലാം
എല്ലാം

പോസിറ്റീവ് ചാർജും നെഗറ്റീവ് ചാർജും ഉണ്ട്. അവർക്കിടയ്ക്ക് ഒരു കാണാത്ത കൈ ഉണ്ട്. അതുകണ്ടു പിടിക്കപ്പെട്ട കഥ കേൾക്കണോ?

ഒരു പൂനിലാവുള്ള രാത്രി. എങ്ങും നിശ്ശബ്ദത. ആകാശം നിറയെ നക്ഷത്രങ്ങൾ. നടുക്കു ചന്ദ്രൻ. അവർ ഭൂമിയിലേക്കു നോക്കിയപ്പോൾ ഇതാ ഒരു മൈനസ് ചാർജ്! തൊട്ടടുത്തായി ഒരു പ്ലസ് ചാർജും!

വലിയവനായ പ്ലസ് മുഷ്ടി ചുരുട്ടുന്നു. ഇടിക്കാനോങ്ങുന്നു. പാവം മൈനസ് ചാർജിന് ഓടാൻ പോലും കഴിയുന്നില്ല. ഇത് കണ്ടുകൊണ്ടു വന്നു കൂളംബ്. കൂളംബിന്റെ ശരിക്കുള്ള പേര് ചാൾസ്. ആൾ എഞ്ചിനീയറായിരുന്നു. പട്ടാളത്തിലായിരുന്നു ജോലി. സുഖക്കേടായപ്പോൾ ജോലി വിട്ട് പാരീസിലെത്തി. ഫ്രഞ്ച് വിപ്ലവം നടക്കുന്ന കാലമായിരുന്നു അത്. അതുകൊണ്ടുതന്നെ ചാൾസിനു പേടിയായി, വല്ലവരും വെടിവച്ചാലോ? അതുകൊണ്ട് മൂപ്പർ പാരീസ് നഗരംവിട്ട് നാട്ടിൻപുറത്തേക്ക് നീങ്ങി. ആ

യാത്രാമധ്യേയാണ് പ്ലസിനെയും മൈനസിനെയും കാണുന്നത്. പ്ലസ് ഇടിക്കാൻ ചെല്ലുന്നു. പക്ഷേ മൈനസിന് ഓടാൻ പറ്റുന്നില്ല. ഇത് എന്തു കൊണ്ട്? ചാൾസ് ചാർജുകളുടെ ഉള്ളുകള്ളികളിലേക്ക് ഉറ്റുനോക്കി. അപ്പോഴാണ് ആ കാണാത്ത കൈകണ്ടത്.

കാണാത്ത കൈകൾ നീട്ടി അവർ പാടുന്നു. പിൽക്കാലത്ത് നമ്മുടെ പ്രിയ ചങ്ങമ്പുഴ ചൊല്ലിയപോലെ

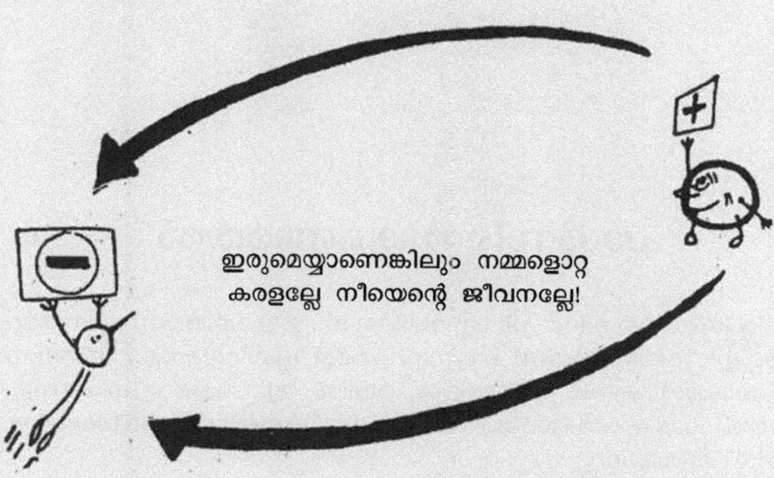

പാട്ടുകേട്ട് നിന്നാൽ നേരം പോകും. കാണാത്ത കൈ ആരുടേതാണെന്ന് അറിയണമല്ലോ. അതാണ് അടുത്ത കഥയിൽ.

ചാൾസിന്റെ കണ്ടെത്തൽ

പ്ലസ് മൈനസിനെ പിടിച്ചു വലിക്കുന്നു. ഈ വലിവാണ് കാണാത്ത കൈ. ഈ വലിവുകൊണ്ട് മൈനസ് ചാർജ് പ്ലസിലേക്കാണ് നീങ്ങുന്നത്. അപ്പോൾ എതിർ ചാർജുകൾ തമ്മിൽ ആകർഷണമുണ്ടാകണം. എന്നാൽ ചാർജുകൾ ഒരേതരത്തിലുള്ളവയാണെങ്കിലോ? പരീക്ഷിക്കാം. ചാൾസ് തീരുമാനിച്ചു.

രണ്ട് പ്ലസ് ചാർജുകളെ തമ്മിലടുപ്പിക്കാൻ ശ്രമിച്ചപ്പോൾ അവ അന്യോന്യം ഓടി അകലുന്നു.

ചാർജുകൾ തമ്മിൽ അടുക്കുന്നതും അകലുന്നതും ഏതോ കാണാത്ത കയ്യിന്റെ കളിയാണെന്ന് കൂളമ്പ് നിശ്ചയിച്ചു. ഈ കാണാത്ത കൈക്ക് അദ്ദേഹം ഇലക്ട്രിക്ബലം എന്ന് പേരിട്ടു. അതിനെ എഫ് എന്ന അക്ഷരം കൊണ്ട് സൂചിപ്പിച്ചു. എന്നിട്ട് അദ്ദേഹം ഇങ്ങനെ എഴുതി.

രണ്ടു ചാർജുകൾ. ഒന്ന് പ്ലസ്, മറ്റേത് മൈനസ്. രണ്ടും തമ്മിലുള്ള അകലം d മീറ്റർ.

"മിസ്റ്റർ ചാൾസ്"

നിശ്ശബ്ദതയിൽ ആ വിളി മുഴങ്ങി.

ചാൾസ് ചോദിച്ചു: "ആരാ?"

"ഞാൻ തന്നെ. വായു."

"എന്താ കാര്യം?"

"നിങ്ങൾ തിരയുന്ന ഇലക്ട്രിക് ഫോഴ്സിന് ഞാനുമായി ബന്ധമുണ്ട്."

"എന്ത് ബന്ധം?"

"ബന്ധം എന്നാൽ ഇഷ്ടം. അല്ലെങ്കിൽ അനിഷ്ടം. അനിഷ്ടമുള്ളിടത്ത് എതിർപ്പുണ്ടാവും, തീർച്ച. ഞാൻ എത്രത്തോളം ഇലക്ട്രിക്

എഞ്ചിനീയർ ചാൾസ് ദി കൂളോം

ചാർജിന്റെ യൂണിറ്റും ചാർജുകൾ തമ്മിൽ പ്രയോഗിക്കുന്ന ബലവും ഈ എൻജിനീയറുടെ പേരുമായി ബന്ധപ്പെട്ടിരിക്കുന്നു.

ഫോഴ്സിനെ എതിർക്കുന്നു, അതാണ് എന്റെ പെർമിറ്റിവിറ്റി. ഓരോരുത്തർക്കും ഓരോ അളവിലാണ് പെർമിറ്റിവറ്റി. ഒരുദാഹരണം. മൈക്കക്ക് ഇലക്ട്രിക് ഫോഴ്സിനോട് ഭയങ്കര എതിർപ്പാണ്. അതുകൊണ്ട് എന്നേക്കാൾ കൂടുതൽ പെർമിറ്റിവിറ്റി ഉണ്ട് മൈക്കക്ക്. ഇലക്ട്രിക് ഫോഴ്സിനോട് ഏതാണ്ട് എന്നേക്കാൾ എട്ടിരട്ടി എതിർപ്പാണ് അവന്".

ഇതുകേട്ട് ചാൾസ് ഏറ്റവും വിനീതനായി വായുദേവനെ വാഴ്ത്തി.

"അങ്ങ് ചെയ്ത ഈ ഉപകാരം ഞാനൊരിക്കലും മറക്കില്ല"

"ഉപകാരമോ?"

"അതെ, ഒരു മഹാസഹായം. ഞാൻ വെറും ഒരെഞ്ചിനീയർ മാത്രമാണ്. എനിക്ക് അത്രയൊന്നും ചാർജിനെപ്പറ്റി അറിയില്ല. എന്നിരുന്നാലും, ഒരു കാര്യം ഞാൻ മനസിലാക്കിയിട്ടുണ്ട്."

"എന്ത്?"

"ചാർജിന്റെ അളവ് കൂടുന്തോറും അവയ്ക്ക് ചുറ്റും ഇലക്ട്രിക് ഫോഴ്സ് കൂടും. ചാർജിന്റെ കാണാത്ത കയ്യാണല്ലോ അത്.

"അത് ശരി. പക്ഷേ ഒപ്പം ഒരു കാര്യം കൂടി. ഇലക്ട്രിക് ഫോഴ്സിനെ ചാർജുകൾക്കിടയ്ക്കുള്ള അകലവും പെർമിറ്റിവിറ്റിയും കൂടി നിയന്ത്രിക്കുന്നുണ്ട്."

ചാൾസിന്റെ മുഴുവൻ പേര് ചാൾസ് ഡി കൂളംബ് എന്നായിരുന്നു.

ചാൾസ് വായു ദേവന്റെ വാക്ക് വിശ്വസിച്ചു. ചാർജുകൾക്കിടയ്ക്കുള്ള ശക്തിയുടെ ഊക്ക് പരീക്ഷിച്ചു. ചാർജുകൾക്കിടയ്ക്കുള്ള ബലം അവയുടെ അകലത്തിന് അനുസരിച്ച് മാറുന്നു. പക്ഷേ ആ മാറ്റം വിചാരിച്ചതിലും വലുതായിരുന്നു. ദൂരം ഒന്നിൽ നിന്ന് 2 മീറ്റർ ആയി വർധിക്കുമ്പോൾ ബലം നാലിലൊന്നായി കുറയുന്നു എന്ന് ചാൾസ് കണ്ടു. അതിനൊപ്പിച്ച് അദ്ദേഹം ഒരു ഗണിതവാക്യവും എഴുതിവച്ചു.

വായുവിൽ സ്ഥിതി ചെയ്യുന്ന
ചാർജുകൾക്കിടക്കുള്ള ബലം F എന്നിരിക്കട്ടെ. എങ്കിൽ–

$$F = 9 \times 10^9 \frac{\text{ചാർജുകളുടെ ഗുണനഫലം}}{\text{ചാർജുകൾക്കിടയിലുള്ള അകലം}^2}$$

ഈ ഗണിത ബന്ധം - ഇക്വേഷൻ - കുളംബ് ഇക്വേഷൻ എന്നറിയപ്പെടുന്നു.

പാൽ അളക്കുന്നത് ലിറ്ററിലല്ലേ?

അതുപോലെ ചാർജ് അളക്കുന്നത് കുളംബ് എന്ന അളവിൽ.

ഇതിലൂടെയെല്ലാം നാം ഇന്നും ചാൾസ് കുളംബിനെ ഓർക്കുന്നു.

ഫ്ളക്സിന്റെ ജാലവിദ്യ

പ്രകൃതീശ്വരി ചാർജ് കഥകൾ പറയുമ്പോൾ അതാ ഒരു മൂളിപ്പാട്ട് പറപറന്നെത്തുന്നു.

"പറവകളല്ല- ഞങ്ങൾ
പാവം പറവകളല്ലല്ലൊ"

"പിന്നെ?" പ്രകൃതീശ്വരി ചോദിച്ചു. അപ്പോൾ പിന്നെയും മൂളിപ്പാട്ട്.

"ചീറിപ്പായും മിന്നൽപോലെ,
ചീറിപ്പായും ചാർജുകളാണേ"

ഞങ്ങൾ ഉറ്റുനോക്കിയപ്പോൾ വായുവിൽ ഒരു പ്ലസ് ചാർജ്.

ആ ചാർജിൽ നിന്നും ശക്തി - ഇലക്ട്രിക് ഫോഴ്സ് - പുറത്തേക്ക് തുരുതുരാ കുതിച്ചു ചാടുന്നു. ചാട്ടം തൊട്ടടുത്തുള്ള ഒരു മൈനസ് ചാർജിലേക്കാണ്.

ഈ ചാട്ടത്തിനിടയ്ക്ക് ഒരു സർക്കസും.

നടുവളച്ചാണ് ഫോഴ്സിന്റെ കളിവിളയാട്ടം. നടുവളയ്ക്കുന്നത് പുറത്തേക്ക്. അപ്പോഴാണ് പ്ലസ് ചാർജും മൈനസ് ചാർജും തമ്മിൽ അടുക്കുന്നത്.

ഇപ്പോഴല്ലേ രഹസ്യം പുറത്തായത്.

പ്ലസും മൈനസും ചാർജുകൾ ആകർഷിക്കുന്നത് ഇലക്ട്രിക് ഫോഴ്സിന്റെ പുറത്തേക്കുള്ള വലിവു കൊണ്ടാണ്. അടുത്ത പേജ് നോക്കൂ. ഇത് കാണാം.

ഇതിനിടെ ഫോഴ്സുകൾ: "ഫ്ളക്സ് + "എന്നെഴുതിയ ഒരു തൊപ്പി തലയിൽ വച്ചു. എന്നിട്ട് ഒരു സൂത്രം കൂടി കാണിച്ചു.

അപ്പോൾ ഫോഴ്സും ഫ്ളക്സും ഒന്നു തന്നെയോ? ഞങ്ങളിൽ ആരോ ഇടയ്ക്ക് കയറി ചോദിച്ചു.

ഫോഴ്സിന്റെ നടുവളയുമ്പോൾ
ചാർജുകൾ അന്യോന്യം അടുക്കുന്ന-
ആകർഷിക്കുന്നു.

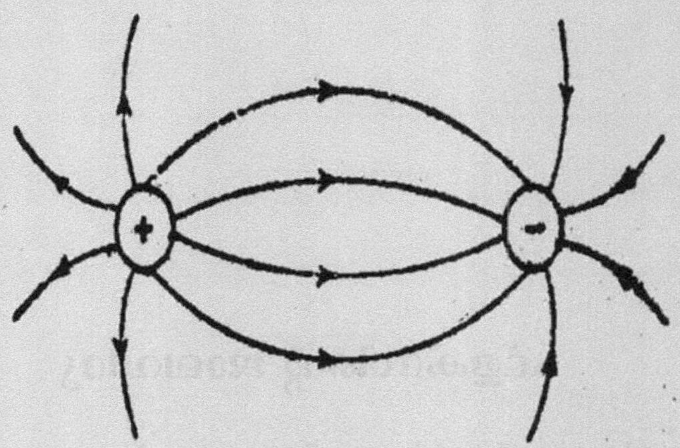

പ്ലസും മൈനസും തമ്മിൽ ആകർഷണം

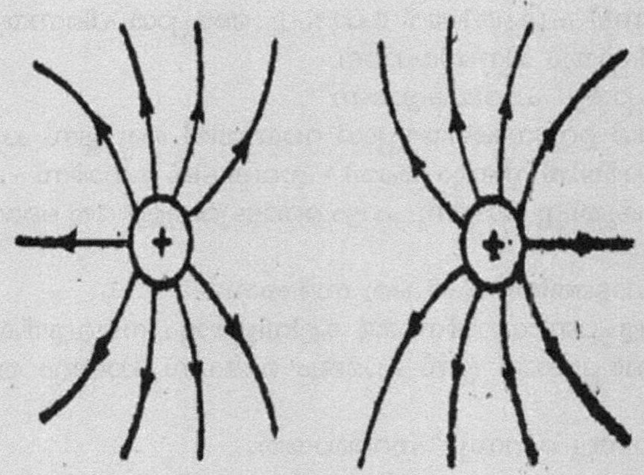

പ്ലസും പ്ലസും തമ്മിൽ വികർഷണം

ഫോഴ്സ് = ഫ്ളക്സ്

ഇലക്ട്രിക് ഫോഴ്സ് എന്നാൽ ഇലക്ട്രൽ ഫ്ളക്സ്

ങ്ആ എന്ന് മൂളിക്കൊണ്ട്.

ഫ്ളക്സ് ഒരു ചതുരപ്പലക എടുത്തു. അതിന്റെ നീളം ഒരു മീറ്റർ. വീതി ഒരുമീറ്റർ. അതിൽക്കൊള്ളുന്ന ഫ്ളക്സ് കാണിച്ചു കൊണ്ട് പ്രകൃതീശ്വരി വിശദീകരിച്ചു.

- ഇതാണ് ഫ്ളക്സ് ഡെൻസിറ്റി.
- Q ചാർജിൽ നിന്ന് Qഫ്ളക്സ് പുറത്തുവരുന്നു.
- A വിസ്തീർണമുള്ള സ്ഥലത്ത് അതു വ്യാപിക്കുന്നു
- അപ്പോൾ അവിടത്തെ ഫ്ളക്സ് ഡെൻസിറ്റി D = Q/A

ഇനി D യുടെ തമാശ കാണണോ? അടുത്ത കഥ നോക്കൂ.

തമാശയ്ക്കുവേണ്ടിമാത്രം

D ഒരു പറ്റിപ്പ് ഇറക്കി, ചാർജ് പോലും അറിയാതെ.

ഒരു ദിവസം ഒരുപെട്രോൾടാങ്ക് ലോറി പാഞ്ഞു വരുന്നു.

ലോറി ഓട്ടത്തോടോട്ടമല്ലേ? അപ്പോൾ ലോറി ടാങ്കിലെ പെട്രോൾ ആകപ്പാടെ കുലുങ്ങി കീഴ്മേൽ കലങ്ങിമറയുമല്ലോ.

അങ്ങനെ കുലുങ്ങി മറിഞ്ഞപ്പോൾ ടാങ്കിൽ പെട്രോൾ അലകൾ തമ്മിൽ ഉരസി ഒരു കൂളംബ് ചാർജ് ഉണ്ടായി- ഒരു പ്ലസ് ചാർജ്

ആ ചാർജിനെ ഫ്ളക്സ് ഡെൻസിറ്റി മാടി വിളിച്ചു:

"ചാർജേ ചാർജേ വാ വാ.

അർജന്റാണേ ഓടിവാ."

അതുകേട്ട് ചാർജ് ഓടി എത്തി.

പക്ഷേ ഓടി എത്തിയ ഉടനെ പാവം ദൂരെത്തെറിച്ചു വീണു.

ഫ്ളക്സ് പൊട്ടിച്ചിരിച്ചു.

"എടാ മണ്ടച്ചാരേ കൂളംബേ നീയല്ലാതെ ആരെങ്കിലും കാണാത്ത കൈ ഉള്ളിടത്തേക്ക് ഓടിവരുമോ?"

ഫ്ളക്സിനതുമൊരു തമാശ.

പക്ഷേ ഇതിൽ നിന്ന് ഒരു പാഠം പഠിക്കാം.

ഫ്ളക്സ് ചാർജിനെ തള്ളിമാറ്റും. ആകയാൽ ഫ്ളക്സ് ഉള്ളിടത്ത് കാലെടുത്ത് കുത്തരുത്.

+ ചാർജ് ഇങ്ങനെ ഓരോന്ന് വിചാരിച്ച് നടക്കവേ ഇതാ വരുന്നു ഒരു മൈനസ്. വാ, വാ എന്ന് പറഞ്ഞ് അവർ കൈകോർത്തു. എന്നാൽ മൈനസിനടുത്തേക്ക് മറ്റൊരു മൈനസ് എത്തിയപ്പോഴോ? തൊട്ടടുത്ത പേജിലെ അവസാന ചിത്രം നോക്കൂ.

ഫ്ളക്സിന്റെ പൊങ്ങച്ചം

വാ.. വാ... വാ.. വാ...,
ആടാം പാടാം
കളിയാടാം

വേണ്ട മോളെ
വേണ്ട മോളെ
നീ നിന്റെ പാട് നോക്ക്

സംഗതി സത്യം!

ഇ

പക്ഷേ അതിലും ഒരു കാര്യമുണ്ട്.

ഇലക്ട്രിക് ഫോഴ്സ് ഒരു കൂളംബിൽ പ്രയോഗിച്ച ബലം ഉണ്ടല്ലോ. അതാണ് ഇലക്ട്രിക് ഇന്റൻസിറ്റി - ഇ [E]

ഇലക്ട്രിക് ഫോഴ്സ്: q ചാർജിൽ F ബലം പ്രയോഗിച്ചാൽ–

$$E = \frac{F}{q}$$

E യുടെ അളവ് - ന്യൂട്ടൻ/കൂളംബ് (ന്യൂട്ടൻ പെർ കുളംബ്)

ഇങ്ങനെ പ്രകൃതീശ്വരി ചാർജ് കഥകൾ പറഞ്ഞുകൊണ്ടിരിക്കുമ്പോൾ

ഞങ്ങളുടെ കൂട്ടത്തിൽ നിന്ന് പാവത്താൻ ചാടിയെഴുന്നേറ്റ് ചോദിച്ചു:

“അപ്പോൾ നാം നമുക്കു ചുറ്റും കാണുന്ന എല്ലാത്തിലും ഈ കാണാത്ത കൈ കാണണമല്ലോ?”

പ്രകൃതീശ്വരി പറഞ്ഞു:

“തീർച്ചയായും. ഉപ്പിൽ കാണാത്ത കൈ ഉണ്ട്. ഉപ്പ് എന്നാൽ സോഡിയവും ക്ലോറിനും ചേർന്നതല്ലേ. സോഡിയത്തിന് പോസിറ്റീവ് ചാർജ്. ക്ലോറിന് നെഗറ്റീവും. രണ്ടിനും ഇടയ്ക്ക് കാണാത്ത കൈ. ആ കയ്യാണ് സോഡിയത്തേയും ക്ലോറിനേയും ഒന്നിച്ചു നിർത്തുന്നത്. അതുപോലെ തന്നെ വെള്ളത്തിന്റെ കാര്യവും.

വെള്ളത്തിനുള്ളിൽ ഹൈഡ്രജനേയും ഓക്സിജനേയും ഒന്നിച്ചു നിർത്തുന്നത് ഇലക്ട്രിക് ഫോഴ്സാണ്. അതില്ലായിരുന്നെങ്കിൽ ഉപ്പും വെള്ളവും ഉണ്ടാകുമായിരുന്നോ?”

ഇലക്ട്രിക്കൽ ഫോഴ്സിന്റെ ബലം ബഹുചേതോഹരം - അത്ഭുതകരം അല്ലേ?

പ്രകൃതിയുടെ ഈ ചോദ്യം എല്ലാവരും അത്ഭുതത്തോടെയാണ് കേട്ടത്.

എന്നാൽ പാവത്താൻ എന്തെന്നില്ലാത്ത ആവേശത്തോടെ പറഞ്ഞു:

"ചാർജിനെപ്പറ്റി ചില കഥകൾ എനിക്കും അറിയാം.

കഥകളല്ല അനുഭവങ്ങളാണ്. അനുഭവ പാഠങ്ങൾ."

"എങ്കിൽ കേൾക്കട്ടെ."

എല്ലാവരും കൂടി ആവശ്യപ്പെട്ടു.

പാവത്താൻ ആ സംഭവകഥകൾ ഓരോന്നായി പറയാൻ തുടങ്ങി.

ഭാഗം രണ്ട്

പാവത്താന്റെ പരീക്ഷണങ്ങളും മായാവിയുടെ രഹസ്യകഥകളും

കഥയ്ക്കു മുൻപേ

കഥയ്ക്ക് മുമ്പേ ഇതൊന്നു കേൾക്കൂ...

രണ്ടു ബലൂണുകൾ വേണം. പച്ച, മഞ്ഞ, നീല, ചുവപ്പ് എന്നിങ്ങനെ പല നിറത്തിലുള്ള ബലൂണുകളുണ്ടല്ലോ. പല വലിപ്പത്തിലുള്ളവയും ഉണ്ടാവാം. ഏത് വലിപ്പത്തിലുള്ളതായാലും തരക്കേടില്ല. നിറം ഏതായാലും വേണ്ടില്ല. രണ്ടു ബലൂണുകൾ വേണമെന്നേയുള്ളൂ. അതിനത്ര വിഷമമുണ്ടാവില്ല. കളിക്കോപ്പുകൾ വിൽക്കുന്നിടത്ത് ധാരാളം ബലൂണുകൾ കാണും.

ബലൂണുകൾ രണ്ടും ഊതി വീർപ്പിക്കണം. പൊട്ടിപ്പോകരുതേ! സൂക്ഷിച്ചുവേണം, ഊതിവീർപ്പിക്കാൻ. അധികം വലുതാക്കേണ്ട. ബലൂണുകൾക്ക് താങ്ങാവുന്നതിനേക്കാൾ കൂടുതൽ കാറ്റ് നിറച്ചാൽ ഡും! പൊട്ടിത്തകരും, അതോർമവേണം.

ഇനി ബലൂണുകൾ രണ്ടും വെവ്വേറെ ഒരു സ്ഥാനത്ത് കെട്ടിത്തൂക്കണം. ഇതിനായി റ്റയിൻനൂലോ ചരടോ മതി. നൂലുകൊണ്ട് ഓരോ ബലൂണിന്റെയും വായ്, വായു ചോർന്നുപോകാതെ മുറുക്കിക്കെട്ടണം. കെട്ടിക്കഴിഞ്ഞശേഷം സൂക്ഷിച്ചുനോക്കുക- ബലൂണുകൾ ചെറുതാകുന്നുണ്ടോ ഇല്ലയോ എന്ന്. ഇല്ലെങ്കിൽ ബലൂൺ വായ് വായുനിബദ്ധമായിരിക്കുന്നു എന്നുറപ്പിക്കാം. എവിടെയാണിനി കെട്ടിത്തൂക്കുക? ജനൽ കതകിന്റെ കൊളുത്തിൻമേലാവാം. അല്ലെങ്കിൽ ഷർട്ട് തൂക്കിയിടാൻ ചുമരിൻമേലുറപ്പിച്ചിട്ടുള്ള മരം കൊണ്ടുള്ള സ്റ്റാന്റിന്റെ മുമ്പോട്ടുന്തിനിൽക്കുന്ന മരപ്പിടിയിൻമേലാവാം. അതും അസൗകര്യമാണെങ്കിൽ വേണ്ട. മുണ്ടും മറ്റും തോരയിടാൻ ഉള്ള അഴക്കോലില്ലേ, അതിന്മേലൊരിടത്ത് കെട്ടിഞാത്തിയിട്ടാലും മതി ബലൂണുകൾ.

ബലൂൺ
ഒന്നല്ല 2 വേണം

കെട്ടിത്തൂക്കിയ ബലൂണുകൾ പരസ്പരം എന്തിണക്കത്തോടെയാണ് തൊട്ടുരുമ്മി നിൽക്കുന്നത് അല്ലേ? കാറ്റടിക്കുമ്പോൾ അവ ആടിക്കളിക്കുന്നത് നോക്കിനിൽക്കാൻ തന്നെ രസമുണ്ടാകും. പക്ഷേ ഒരുകാര്യം, ബലൂണുകളിന്മേൽ വെയിലടിക്കരുത്. വെയിൽ തട്ടിയാൽ ബലൂണിനുള്ളിലെ വായു വികസിക്കും. ബലൂൺ പൊട്ടിപ്പോകും.

ബലൂണുകൾ വെയിൽതട്ടാതെ, പൊട്ടിപ്പോകാതെ അവിടെ അങ്ങനെ തൂങ്ങിനിന്നാടിക്കളിക്കട്ടെ. അകത്തുപോയി അച്ഛന്റെയോ ചേട്ടന്റെയോ കമ്പിളിക്കോട്ട് എടുത്തുകൊണ്ടു വരൂ. ചിലപ്പോൾ കോട്ടില്ലെന്നുവരാം. അതുകൊണ്ട് വിഷമിക്കാനില്ല കമ്പിളികൊണ്ടുള്ള പുതപ്പായാലും മതി. ഇതിന് മുത്തശ്ശിമാർ കരിമ്പടം എന്നുപറയും. കരിമ്പടം ചെമ്മരിയാടിന്റെ മിനുസമുള്ള രോമംകൊണ്ട് നെയ്തതാണ്.

ഇനി–

ഓരോ ബലൂണും കമ്പിളിപ്പുതപ്പിൻമേൽ ഉരയ്ക്കുക. ഉരപ്പുകൊണ്ട് 'കറാ–കറാ' ശബ്ദമുണ്ടാകും. അതൊന്നും സാരമില്ല, രണ്ട് ബലൂണുകളും ഉരച്ചുകഴിഞ്ഞാൽ രസകരമായ ഒരു കാഴ്ചകാണാം. അതെന്താണെന്നല്ലേ? ഉരപ്പുകൊണ്ട്, ഇണങ്ങി തൊട്ടുരുമ്മി നിന്നിരുന്ന ബലൂണുകൾ പിണങ്ങിപ്പോകും. താഴെയുള്ള ചിത്രത്തിൽ കാണുന്ന മാതിരി ബലൂണുകൾ അകന്നു നിൽക്കും.

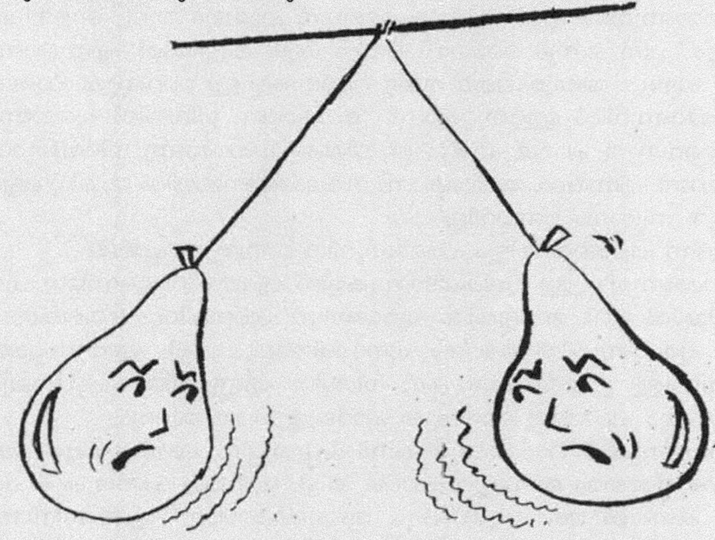

ബലൂണുകൾ അകന്നു നിൽക്കുന്നതെന്തുകൊണ്ടാണ്? അവയെ അകറ്റി നിറുത്തുന്ന ശക്തി എന്തായിരിക്കും? അതെങ്ങനെ ഉണ്ടായി? ഇവ്വിധം സംശയിക്കലും ചോദ്യം ചെയ്യലും മനസുകൊണ്ട് അന്വേഷിക്കലും കണ്ടെത്തലും ആണ് അറിവിന്റെ വഴി.

നിങ്ങൾക്കറിയാമോ? ലോകത്തിലുള്ള എല്ലാ വസ്തുക്കളും നിർമി

ച്ചിരിക്കുന്നത് പരമാണുക്കളെക്കൊണ്ടാണ്. വീണ്ടും ഒരിക്കൽക്കൂടി ചെറുതാക്കാനോ ഭാഗിക്കാനോ വയ്യാത്തത്ര ചെറുതാണ് പരമാണു. ഏതൊരു പദാർഥത്തിന്റെയും ഏറ്റവും ചെറിയ അവിഭാജ്യഘടകമാണ് അത്.

പരമാണുവിനുള്ളിൽ മധ്യത്തിൽ പ്രോട്ടോണുകളുണ്ട്. പരമാണുവിന്റെ പുറന്തോടിൻമേൽ ഇലക്ട്രോണുകൾ ചുറ്റിത്തിരിയുന്നു. ഒരു കോഴിമുട്ട സങ്കൽപ്പിക്കൂ. അതിനുള്ളിലുള്ള മഞ്ഞക്കരുവിന്റെ സ്ഥാനത്താണ് പ്രോട്ടോണുകൾ അതിന്റെ തോടിൻമേലാണ് ഇലക്ട്രോണുകൾ കറങ്ങുന്നത്. ഒരു കാര്യം: പരമാണുവിന് കോഴിമുട്ടയുടെ അത്ര വലിപ്പമുണ്ടാവില്ല, മുണ്ടു തുന്നുന്ന സൂചിമുനയേക്കാൾ അനേകായിരം മടങ്ങ് വലിപ്പംകുറവാണ് പരമാണുവിന്. ആകയാൽ വെറും കണ്ണുകൊണ്ട് നോക്കിയാൽ പരമാണുക്കളെ കാണാനാവില്ല. അവയെ കാണാൻ ഇലക്ട്രോൺ അണുദർശിനിയിൽ കൂടി നോക്കണം.

പ്രോട്ടോണുകളും ഇലക്ട്രോണുകളും വൈദ്യുത ചാർജുള്ള കണികകളാണ്. ഈ കണികകൾ ഒരു കടുകുമണിയേക്കാൾ അനേകായിരം മടങ്ങ് ചെറിയതാണെന്ന് ഓർക്കണം.

വൈദ്യുത ചാർജ് രണ്ടുതരമുണ്ട്. ഒന്ന് പ്ലസ് ചാർജ്. മറ്റേത് മൈനസ് ചാർജ്, പ്രോട്ടോണുകൾക്കുള്ളത് പ്ലസ് ചാർജാണ്. ഇലക്ട്രോണുകൾക്കുള്ളത് മൈനസ് ചാർജും. 17 ാം പേജിൽ വായിച്ചത് അതാണല്ലോ.

പരമാണുവിൽ പ്ലസ് ചാർജും മൈനസ് ചാർജും തുല്യ അളവിലായിരിക്കും. പ്ലസ് ഒന്നും മൈനസ് ഒന്നും കൂടി കൂട്ടിയാൽ എത്രയാണ് കിട്ടുക? പൂജ്യം. അതുപോലെ തുല്യ അളവുകളുള്ള വൈദ്യുത ചാർജുകൾ പരമാണുവിൽ ഉള്ളതുകൊണ്ട് സാധാരണ നിലയിൽ പരമാണുവിന്റെ വൈദ്യുത ചാർജ് പൂജ്യം ആയിരിക്കും. പരമാണു നിർവീര്യാവസ്ഥയിലാണ് എന്നർഥം. അതുകൊണ്ട് സാധാരണനിലയിൽ അതിന് ഒട്ടും വൈദ്യുത സ്വഭാവം ഉണ്ടാവില്ല.

പിന്നെ എങ്ങനെ കിട്ടും പരമാണുവിന് വൈദ്യുത ചാർജ്?

പരമാണുവിലുള്ള ഇലക്ട്രോണുകളിൽ ഏതെങ്കിലും ഒന്നിനെ പുറത്താക്കിയാൽ മതി. അല്ലെങ്കിൽ പുറമേനിന്ന് ഏതെങ്കിലും ഒരിലക്ട്രോണിനെ പരമാണുവിൽ കൊണ്ടുവന്നാക്കിയാലും മതി. എന്നുവച്ചാൽ അണുവിലുള്ള ഇലക്ട്രോണുകൾ നിശ്ചിത എണ്ണത്തിൽ കൂടിയാലും കുറഞ്ഞാലും പരമാണു വൈദ്യുത ചാർജുള്ളതായിത്തീരും.

ബലൂണുകൾ ഓരോന്നും കമ്പിളിപ്പുതപ്പിൻ മേൽ ഉരച്ചപ്പോൾ അവയ്ക്ക് ഒരേതരം വൈദ്യുത ചാർജ് കിട്ടി. ഒരേതരം ചാർജുകൾ പരസ്പരം കണ്ടാൽ അകന്നുപോകും. അതുകൊണ്ടാണ് ഇണങ്ങിനിന്നിരുന്ന ബലൂണുകൾ പിണങ്ങി നിൽക്കുന്നത്.

ഇനിയും ശേഷിക്കുന്ന സംശയം ഇതായിരിക്കും. ബലൂണുകൾക്ക് കിട്ടിയത് പ്ലസ് ചാർജോ മൈനസ് ചാർജോ? ബലൂണുകൾക്ക് ഇലക്ട്രോണുകൾ കിട്ടിയോ? അതോ നഷ്ടപ്പെട്ടുവോ? അതറിയാനും സൂത്രമുണ്ട്. അതും വഴിയെ പറയാം.

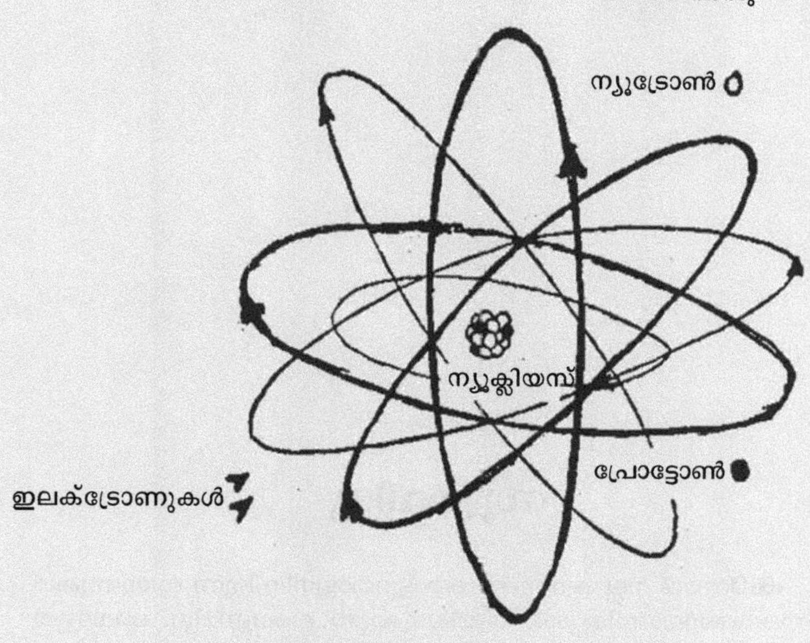

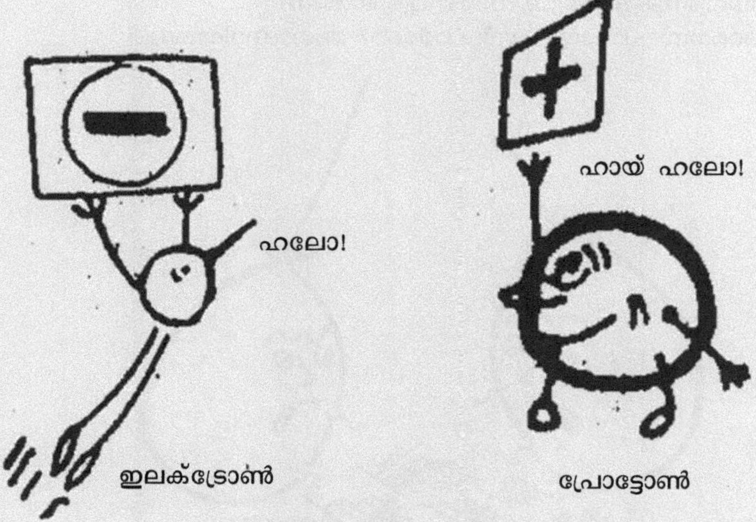

പരമാണുവിന്റെ ഉള്ളുകള്ളികൾ

സൂത്രവിദ്യ

കാണാൻ നല്ല കൗതുകം! തൊട്ടുതൊട്ടുനിന്നിരുന്ന ബലൂണുകൾ എന്തകലത്തിലാണിപ്പോൾ. തമ്മിലടുക്കുന്ന ലക്ഷണമില്ല. വൈദ്യുത ആവേശത്തിന്റെ ബലം! എന്തൊരത്ഭുത ശക്തിയാണിത്!

നോക്കിനിന്നാൽ നേരം പോകും.

ബലൂണുകളിലെ ആവേശം ഏതിനമാണ്?

മൈനസ് ചാർജോ പ്ലസ് ചാർജോ? അതാണറിയേണ്ടത്.

ഈ ആവേശം പ്ലസ്സോ മൈനസ്സോ?

സ്ലെയ്റ്റ് പെൻസിലിന്റെ അത്ര വണ്ണം; നീളം പത്തോ പന്ത്രണ്ടോ സെന്റിമീറ്റർ മതി. അങ്ങനെയുള്ള ഒരു ഗ്ലാസ്റോഡ്-ചില്ലുവടി എവിടെ നിന്നു കിട്ടും? ഏതെങ്കിലും പരീക്ഷണ ശാലയിലുണ്ടാകും. രാസവസ്തു ക്കളെപ്പറ്റി പഠനം നടത്തുന്ന പരീക്ഷണശാലയാവണം കേട്ടോ. അവിടെ ഗ്ലാസ് റോഡുകൾക്കു ക്ഷാമമില്ല. പരീക്ഷണങ്ങൾ നടത്തുമ്പോൾ ഭിന്നമായ ലായനികളും ദ്രാവകങ്ങളും തമ്മിൽ കലർത്തുന്നത് ഗ്ലാസ് റോഡുകൊണ്ട് ഇളക്കിക്കലക്കിയാണ്. അടുപ്പത്തിരിക്കുന്ന കഞ്ഞി ഇടയ്ക്ക് വേവ് നോക്കാ നെന്തു വേണം? കയില്. ഇതുപോലെ പരീക്ഷണശാലയിൽ ചൂടാക്കുന്ന ദ്രാവകങ്ങളും തണുപ്പിക്കുന്ന ലായനികളും പാകത്തിൽ ഇളക്കി ചേർക്കു ന്നതിനാണ് ഗ്ലാസ് റോഡ്.

ഇതിനിടയ്ക്ക് ഗ്ലാസ് റോഡ് പെട്ടെന്ന് പൊട്ടിപ്പോയെന്നു വരും. ഒന്ന് നിലത്തുവീണാൽ മതി. നീളമുള്ള ഗ്ലാസ് റോഡ് മൂന്ന് നാല് കഷണ ങ്ങളാകും. ആകപ്പാടെ പൊട്ടിത്തകർന്ന് ചില്ലുതരികളാകാനും മതി. ചില്ലല്ലെ. പൊട്ടിപ്പോയാൽ വിളക്കിയോജിപ്പാക്കാൻ ആർക്കാകും? ആരെ ക്കൊണ്ടും ആവില്ല. അതുകൊണ്ട് പൊട്ടിപ്പോയ നീളം കുറഞ്ഞ ഗ്ലാസ്റോഡ് കഷണങ്ങൾ പരീക്ഷണം നടത്തുന്ന മേശപ്പുറത്ത് കിടപ്പു ണ്ടാകും. അതാർക്കും വലിയ ആവശ്യമില്ല. പൊട്ടിയ കഷണങ്ങൾ ചവ റ്റുകൊട്ടയിൽ വലിച്ചെറിയും പരീക്ഷണം നടത്തുന്ന ആൾ. കേടുവന്ന സാധനങ്ങൾ ആരാണ് സൂക്ഷിച്ചു വയ്ക്കുക?

ഏതായാലും നന്നായി. പരീക്ഷണശാലയിൽ പോയാൽ ഒരു കഷണം ഗ്ലാസ്റോഡ് കിട്ടുമല്ലോ. കോളേജിൽ പഠിക്കുന്ന ചേട്ടനോ ചേച്ചിയോ ഉണ്ടോ? എങ്കിൽ അവരോട് പറഞ്ഞയച്ചാൽ മതി. ഗ്ലാസ്റോഡ് കൊണ്ടുവന്നുതരും. ഇല്ലെങ്കിലോ, ഹൈസ്കൂളിലുമുണ്ടാകും ചെറി യൊരു പരീക്ഷണശാല. ഹൈസ്കൂളിൽ പഠിക്കുന്ന അയൽക്കാരില്ലേ. അവരോട് അപേക്ഷിച്ചാൽ ഗ്ലാസ് റോഡ് കഷണം കൊണ്ടുവന്ന് തരാ തിരിക്കുമോ? തരും (ചേതമില്ലാത്ത സഹായമല്ലേ? പരസ്പരം ആവും വിധം സഹായിച്ചില്ലെങ്കിൽ മനുഷ്യനെങ്ങനെ വളരും, വലുതാകും?).

ഇവ്വിധം എങ്ങനെയെങ്കിലും ഒരു ഗ്ലാസ്റോഡ് കഷ്ണം സമ്പാദിക്കണം.

പിന്നെ വേണ്ടതൊരുതുണ്ട് സിൽക്ക് തുണിയാണ്. അതിനത്ര പ്രയാ സമില്ല. ആർക്കും കിട്ടും. വീട്ടിൽ പഴയ സിൽക്ക് ഷർട്ടുണ്ടോ? അല്ലെ ങ്കിൽ സിൽക്ക് ഉടുപ്പോ ജാക്കറ്റോ ഉണ്ടോ? പഴകിയാൽ സിൽക്കായാലും കീറിപ്പോകും. കീറിയത് ആർക്കുവേണം! അതുകൊണ്ട് അതിൽ നിന്നൊരു തുണ്ട് വെട്ടിയെടുക്കാം. ഇനി വീട്ടിൽ പഴയ സിൽക്ക് തുണി യില്ലെങ്കിലോ? അടുത്തുള്ള തുന്നൽ കടയിൽ ഒന്ന് കയറുക. അവിടെ കിടപ്പുണ്ടാകും സിൽക്ക് തുണിയുടെ തുണ്ടുകൾ. അതിൽ നിന്നൊന്ന് ചോദിച്ചാൽ തരാതിരിക്കില്ല.

വീട്ടിലെത്തിയാൽ ഗ്ലാസ് റോഡ് എടുക്കുക. സിൽക്ക് തുണ്ടിൻമേൽ

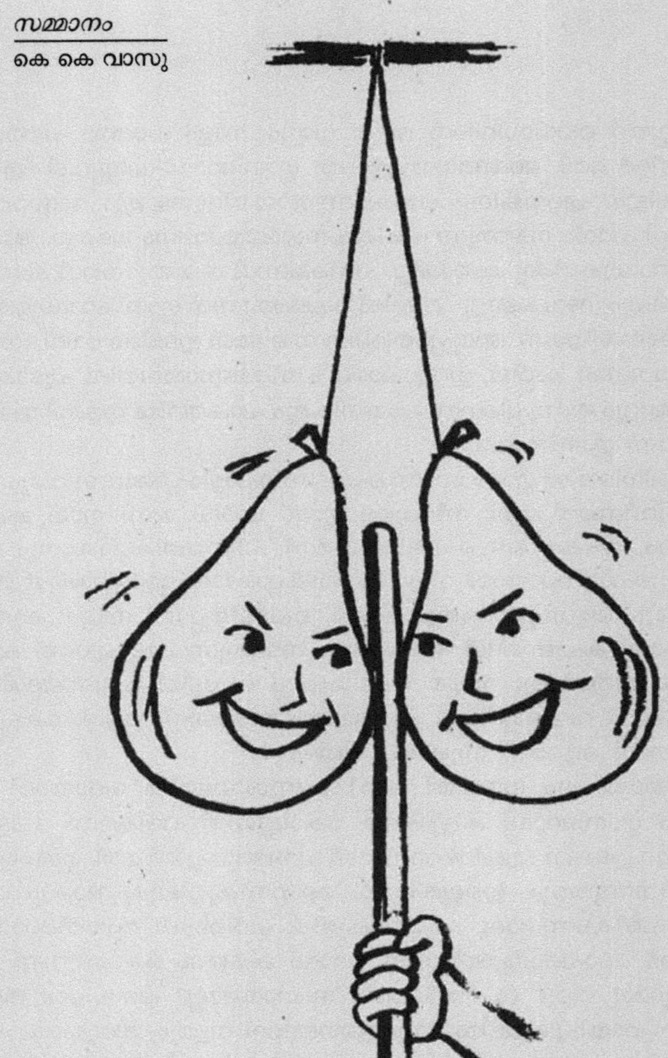

ഗ്ലാസ്റോഡിന്റെ ജാലവിദ്യ

അതിവേഗം ഉരയ്ക്കുക. ഉരസൽ കൊണ്ടെന്തുണ്ടാകും? ഗ്ലാസ്റോഡിന് വൈദ്യുത ചാർജ് കിട്ടും. ഏതുതരം ചാർജ്? പ്ലസ് ചാർജ്!

അതൊരു പ്രകൃതി നിയമമാണ്.

വൃക്ഷലതാദികൾ മുളയ്ക്കുന്നു, വളരുന്നു, നശിക്കുന്നു. മനുഷ്യരും മൃഗങ്ങളും അതുപോലെ തന്നെ. ജനിച്ചാൽ മരിക്കും. സൂര്യൻ ഉദിച്ചാൽ അസ്തമിക്കും. രാവും പകലും മാറിമാറി വരും. ഇതെല്ലാം ഇന്നും നിലനിൽക്കുന്ന ചില പ്രകൃതി നിയമങ്ങളാണ്. ഇതുപോലെ ഒന്നാണ് സിൽക്ക് തുണ്ടിൻമേൽ ഉരച്ച ഗ്ലാസ്റോഡിൽ പ്ലസ് ചാർജ് ജനിക്കുന്നു എന്നത്.

അങ്ങനെ ഉരച്ചെടുത്ത ഗ്ലാസ് റോഡ് അകന്നു നിൽക്കുന്ന ബലൂണുകളുടെ മധ്യത്തിൽ പിടിക്കുക. അപ്പോൾ കാണാം ബലൂണുകൾ രണ്ടും ഗ്ലാസ് റോഡിലേക്ക് ഓടി അടുക്കുന്നത്. ബലൂണുകൾ ആകർഷിക്കപ്പെടുന്നത്. ഇത് മുൻപേജിൽ ചിത്രീകരിച്ചിരിക്കുന്നു. ഇപ്പോൾ ബലൂണുകൾക്ക് പിണക്കമില്ല.

ഭിന്നമായ ചാർജുകൾ തമ്മിലേ ആകർഷണമൂണ്ടാകൂ. ഒരേതരം ചാർജുകൾ തമ്മിൽ വികർഷണവും. എന്നുവച്ചാൽ പ്ലസ് ചാർജ് മൈനസ് ചാർജിനെ തന്നിലേക്ക് വലിച്ചടുപ്പിക്കും. പ്ലസ് ചാർജ് മറ്റൊരു പ്ലസ് ചാർജിനെ ആട്ടിപ്പായിക്കും.

ഗ്ലാസ്റോഡിൽ പ്ലസ് ചാർജ് ആണെന്നു കണ്ടു. അപ്പോൾ ബലൂണുകളിലെ ചാർജ് ഏതുതരം? സംശയിക്കേണ്ട മൈനസ് ചാർജ്തന്നെ. അല്ലെങ്കിൽ രണ്ട് ബലൂണുകളും ഓടി വന്ന് ഗ്ലാസ്റോഡിനെ ആലിംഗനം ചെയ്യുമോ? ഇല്ല.

വൈദ്യുത ചാർജുകളെ അടുത്തറിയാൻ ഇനിയുമുണ്ട് വിദ്യകൾ. അവയോരോന്നും രസിച്ച് പഠിക്കുവാൻ ഇനിപ്പറയുന്ന കഥകൾ കേൾക്കൂ.-

പാവത്താന്റെ പരീക്ഷണകഥകൾ.

കറണ്ടിന്റെ ശബ്ദം

ഒരു ചീപ്പേ വീട്ടിലുള്ളു. അതെടുത്തിട്ട് പല്ലുകൾ പോവുകയോ കേടുവരികയോ ചെയ്താൽ താൻ ചീപ്പൊടിച്ചുഎന്നു പറയും അമ്മ. പറയണോ പിന്നത്തെ പൂരം! അച്ഛൻ വരുമ്പോൾ നല്ലനേരമല്ലെങ്കിൽ ചൂരക്കളി പഠിപ്പിക്കും. കുറച്ചുനേരത്തെ വേദന, അതു സഹിക്കാം. അമ്മയുടെ ശകാരമാണ് അസഹനീയം. ചിന്നം പിന്നം പെയ്യുന്ന മഴപോലെ അമ്മയുടെ വായിൽനിന്ന് ദേഷ്യത്തിൽ പൊതിഞ്ഞ വാക്കുകൾ വായുവിൽ വന്നുവീണുകൊണ്ടേയിരിക്കും. അവ ചെവിയിൽ വന്നു പതിക്കുമ്പോൾ ചെവി പൊത്തിപ്പിടിക്കാൻ തോന്നും. കൊടുംതണുപ്പുള്ളപ്പോൾ ദേഹത്ത് തണുത്ത വെള്ളത്തുള്ളികൾ വീഴുന്ന മാതിരി വിഷമമാണത് കേൾക്കാൻ. ചീത്ത പറച്ചിൽ ഒന്നും രണ്ടും ദിവസമല്ല. ദേഷ്യം വരുമ്പോഴൊക്കെ അമ്മ അതാവർത്തിച്ചുകൊണ്ടിരിക്കും.

അതുകൊണ്ട് ആ ചീപ്പ് എടുക്കണ്ട എന്നുറച്ചു, ഉണ്ണി. മന:പൂർവമായിരുന്നു തീരുമാനം. എന്നിട്ട് ഉണ്ണി തന്റെ പ്രിയപ്പെട്ട ചേട്ടന് ഇങ്ങനെ എഴുതി:

"ഓണ ഒഴിവിന് വീട്ടിലേക്ക് വേഗം എത്തണം. വരും വഴി ഒരു കാര്യംചെയ്യുമോ? എനിക്കൊരു ചീപ്പു വേണം. വളരെ വിലകുറഞ്ഞത് മതി; ചേട്ടനെങ്ങനെയെങ്കിലും ഒന്ന് വാങ്ങിക്കൊണ്ട് വരണം. വേറെ ഒന്നും എനിക്കുവേണ്ടി ഇത്തവണ കൊണ്ടു വരേണ്ട. ചേട്ടന്റെ വരവുനോക്കി ഇരിപ്പാണ് ഞാൻ. ചീപ്പുകിട്ടാനുള്ള മോഹവുമായി."

കോളേജിൽ പഠിക്കുന്ന ചേട്ടൻ വരുന്ന ദിവസം പടിക്കലേക്കും നോക്കി ഇരുപ്പാണ് ഉണ്ണി.

ചേട്ടനെ കണ്ടനിമിഷം: ഉണ്ണിയുടെ മുഖത്ത് മന്ദസ്മിതം മുല്ലപ്പൂപോലെ വിരിയുന്നു.

ചേട്ടന്റെ അടുത്തേക്ക് എല്ലാവരും ഓടിച്ചെന്നു. അവർക്കെല്ലാം ചോക്കലേറ്റും ബിസ്കറ്റും ഒക്കെയാണാവശ്യം: ഉണ്ണിക്കതല്ല.

ഷർട്ടഴിക്കും മുമ്പേ ചേട്ടൻ എയർബാഗിന്റെ ചെയിൻ വലിച്ചുതുറന്ന് ധൃതിയിൽ പുറത്തെടുത്തു.

മഞ്ഞനിറത്തിലുള്ള ഒരു കൊച്ചു ചീപ്പ്.

അതുകണ്ടപ്പോൾ ഉണ്ണിയുടെ മുഖത്ത് ഉദയസൂര്യന്റെ തേജസ്സ് കളിയാടി.

ചീപ്പ് എന്തിനെന്ന് ചേട്ടൻ ചോദിച്ചില്ല, ഉണ്ണി പറഞ്ഞതുമില്ല.

അമ്മയും ചേട്ടനും ഒക്കെ വിശേഷങ്ങൾ പറച്ചിലായി. മറ്റുള്ള കുട്ടികൾ ബിസ്കറ്റ് തീറ്റയും ചിരിയും കളിയും ആർപ്പുവിളിയും. ആകെയൊരു കോലാഹലം തന്നെ.

ഓണത്തിന്റെ ഉണർവ്. ചേട്ടനെത്തിയതിലുള്ള ഉന്മേഷം. ബിസ്കറ്റിന്റെ മാധുര്യം. എല്ലാം കൂടിച്ചേർന്ന ആഹ്ലാദലഹരി.. അവരതിൽ മുഴുകിപ്പോയി.

ഉണ്ണി അതൊന്നും അത്ര ശ്രദ്ധിച്ചില്ല. അവന് ഒരു സൂത്രം ചെയ്യാനുണ്ട്. ഒരു മാസമായിട്ട് അതിനുള്ള ഒരുക്കമായിരുന്നല്ലോ.

അവൻ പഴയ വർത്തമാനക്കടലാസിന്റെ അരിക് ചീന്തി കൊച്ചു കൊച്ചു തുണ്ടുകളാക്കി കുറെ എണ്ണം ട്രൗസറിന്റെ കീശയിലാക്കി.

ഇതുതന്നെ നല്ലനേരം. അവനിറങ്ങി നടന്നു. ആ വലിയവീടിന്റെ മുമ്പിലുള്ള കുടിലിലേക്കാണ്.

പാവം ഗോപാലന്റെ വീടാണത്. വീടെന്നതിനെ വിളിക്കാമോ? കൂടെന്ന പേരാണ് ശരി. ഒരാളുയരമില്ല. പിരമിഡിന്റെ ആകൃതി. വൈക്കോൽ മേഞ്ഞ ഒരു കൊച്ചുകൂടാരം. നാലുപുറവും ചെത്തിത്തേക്കാത്ത പരുപരുത്ത മൺചുവരുകൾ. അതിനുള്ളിൽ ഗോപാലനും അവന്റെ താഴെയുള്ള മൂന്ന് നാല് കുട്ടികളും അവരുടെ അച്ഛനും അമ്മയും കഴിഞ്ഞുകൂടുന്നു. ചുഴലിക്കാറ്റും പേമാരിയും വരുമ്പോൾ ഗോപാലന്റെ ഉള്ള് ആളും. ഉണ്ണിയും സങ്കടപ്പെടും; ഗോപാലന്റെ വീട് പറന്നുപോകുമോ? നാളെ തന്റെ ക്ലാസിൽ അവനെ കാണാതിരിക്കുമോ ഈശ്വരാ! അങ്ങനെ ഒന്നും വരുത്തരുതേ എന്ന് ഉണ്ണി അവന്റെ അച്ഛന്റെ അടുത്ത് കട്ടിലിൽ ഇരുട്ടിൽ കിടന്ന് പ്രാർഥിക്കും.

ഇടിവാൾ ആകാശത്ത് വെടിക്കെട്ട് പൊട്ടിക്കുമ്പോഴും ഗോപാലൻ ഞെട്ടും. കുടിലിനു മുമ്പിലുള്ള വലിയ വീട്ടിൽ കിടക്കുന്ന ഉണ്ണിയും ഗോപാലനെ ഓർത്ത് ചിലപ്പോൾ വിങ്ങിക്കരയും. എന്തുകൊണ്ടെന്നാൽ ഉണ്ണിയും ഗോപാലനും സഹപാഠികളാണ്, സമപ്രായക്കാരാണ്, ചങ്ങാതിമാരാണ്. അവരെ സ്കൂളിലൊരിക്കലും ഒറ്റയ്ക്ക് കാണില്ല. ഒന്നിച്ചാണെപ്പോളും. ഒരാൾ മറ്റെയാളുടെ നിഴലെന്നോണം. ശാന്തശീലവും അറിവിനുള്ള ദാഹവും അവരെ ഒന്നിച്ചുനിറുത്തി. പഠിക്കാൻ ഇരുപേരും മിടുക്കന്മാർ. പരീക്ഷയിൽ അവർക്കായിരിക്കും കൂടുതൽ മാർക്ക്.

ഉണ്ണി പഞ്ചായത്ത് റോഡിന്റെ അരികിൽ കാത്തു നിന്നു. ഗോപാ

ലനെ വിളിച്ചില്ല. വിളിച്ചാൽ അവന്റെ അമ്മ കേൾക്കും. പിന്നെ എല്ലാം അവതാളത്തിലാകും. അവന്റെ അമ്മ ഉച്ചത്തിൽ ചീത്തപറയും. കൈയിൽ കിട്ടിയാൽ അടിക്കും. അവൻ എന്തു ചെയ്താലും വികൃതി യാണ് അവർക്ക്.

അതുകൊണ്ട് ഉണ്ണി മിണ്ടാതെ നിന്നു.

ഓണത്തിന്റെ തിക്കും തിരക്കും ബഹളവും ഒന്നും ആ കുടിലിലി ല്ല. അവർക്ക് ഓണം ഇല്ല എന്നോ! ചെറിയ കുട്ടികൾ റോഡരികിലുള്ള മുറ്റത്ത് മണ്ണുവാരിക്കളിക്കുന്നു. അഴുക്കുപുരണ്ട വാടിയ മുഖങ്ങൾ.

പെട്ടെന്ന് ഒരു കാർ ആ വഴി കടന്നുപോയി കാറിന്റെ ഇരമ്പൽ കേട്ട് ഗോപാലൻ പുറത്തു വന്നു. പാവത്താൻ അതാണവന്റെ കളിപ്പേര്.

ഉണ്ണി ആംഗ്യം കാട്ടിവിളിച്ചു.

പാവത്താനും ആംഗ്യം കാട്ടി—ഇതാവരുന്നു എന്ന്.

പഞ്ചായത്തുവഴിയിൽ നിന്നൊരു കൈവഴി പോകുന്നുണ്ട്--താഴോട്ട്. നട്ടുച്ചക്കും വെളിച്ചം വീഴാത്ത ഒരിടവഴിയാണത്. മനയ്ക്കലേക്കുള്ളതാണ്. ആൾ സഞ്ചാരം കുറഞ്ഞ വീതിയില്ലാത്ത തണലുള്ള വഴി.

ഉണ്ണിയും പാവത്താനും ആ വഴിയിലേക്കിറങ്ങി. ഒരു വളവ് തിരിഞ്ഞപ്പോൾ രണ്ടുപേരും ഇരുന്നു.

ചീപ്പ് കണ്ടപ്പോൾ 'പാവത്താന്റെ' മുഖം കൂടുതൽ പ്രകാശമാനമായി.

അവൻ ഉണ്ണിയുടെ കൈയിൽനിന്നും ചീപ്പു വാങ്ങി. ജടപിടിച്ച മുടി കൈകൊണ്ട് വകഞ്ഞു വച്ചു.

ഉണ്ണി, മാസം തോറും മുടിവെട്ടും. ദിനം പ്രതി എണ്ണതേയ്ക്കും. കാച്ചിയ എണ്ണയുടെ മണം അവനു ചുറ്റും എപ്പോഴും തങ്ങിനിൽക്കും.

പാവത്താനങ്ങനെയല്ല. മുടിവെട്ടൽ നാലും അഞ്ചു മാസം കൂടുമ്പോൾ മാത്രം. ആഴ്ചയിലൊരിക്കൽ പോലും തേക്കാൻ എണ്ണ കിട്ടിയിട്ടില്ല. തലമുടി ആകെ ചകിരിനാരുപോലെ ഉണങ്ങി, കെട്ടുപിണഞ്ഞ് ജട പിടിച്ചു. കാറ്റൂതുമ്പോൾ മുടിയിഴകൾ മുഖത്ത് പറന്നുകളിക്കും. അതു കൊണ്ടവനെ 'ചപ്രത്തലയ' നെന്നും ചില വികൃതികൾ വിളിക്കാറുണ്ട്.

അവരറിയുന്നോ അവന്റെ ദാരിദ്ര്യം : സങ്കടം!

ചപ്രത്തലയൻ ചീപ്പിനുവേണ്ടി കാത്തിരുന്നു തുടങ്ങിയിട്ട് മാസം രണ്ടായി. അതുകൊണ്ട് കണ്ട ഉടനെ ഉണ്ണിയുടെ കൈയിൽ നിന്നും ചീപ്പ് വാങ്ങി. പിന്നെ താമസിച്ചില്ല, അവൻ തന്റെ ചപ്രത്തല ചീകുവാൻ തുടങ്ങി. ചീകുമ്പോൾ മെഴുക്കില്ലാത്ത പറപറാ കിടക്കുന്ന മുടിയിഴകൾ പൊട്ടുന്നുണ്ട്. അവന്റെ തലയോടിൽ നേർത്ത വേദനയും അനുഭവപ്പെടുന്നുണ്ടാവും. അറിയാനുള്ള ആവേശത്തിൽ അവനതൊന്നും കാര്യമാക്കിയില്ല. ബുദ്ധിമുട്ടാതെ അറിവ് നേടാനാവുമോ?

വളർന്ന് മുറ്റിയ മുടി ചീകലോട് ചീകൽ തന്നെ.

ചീകുന്നതിനിടയ്ക്ക് പെട്ടന്നാണ് കേട്ടത്:

ഒരു പട പട ശബ്ദം. ഒരു ക്രിം ക്രിം ശബ്ദം. ചീകൽ തുടർന്ന

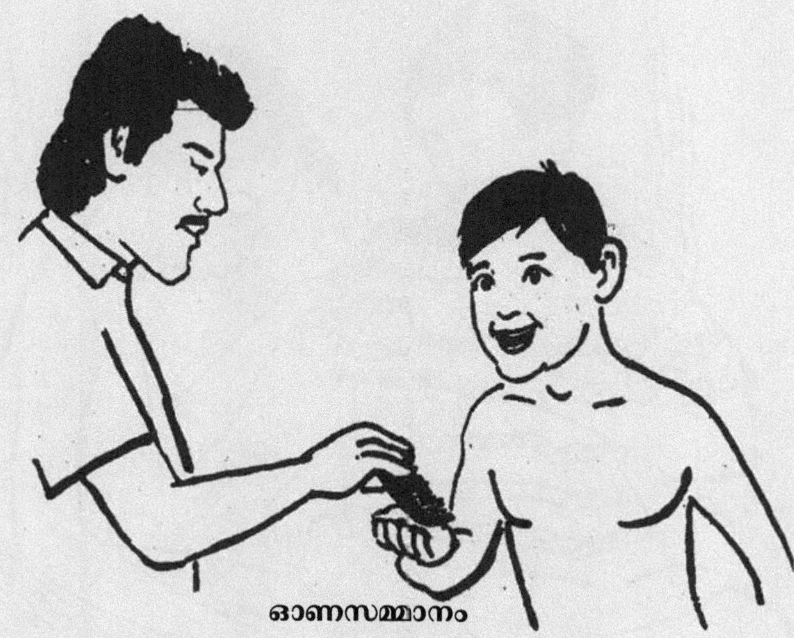
ഓണസമ്മാനം

പ്പോൾ വീണ്ടും വീണ്ടും പട പട; ക്രിം ക്രിം.

ചീകൽ തുടർന്നപ്പോൾ വീണ്ടും വീണ്ടും കേട്ടു.

“ചടപട.... പടപടാ.... ക്രിം ക്രിം”.

അവർ അത്ഭുതപ്പെട്ടില്ല. ഉച്ചത്തിലാർത്ത് ചിരിച്ചതുമില്ല. ഇരുമുഖങ്ങളിലും ഒരു മന്ദസ്മിതം മാത്രം. ശാന്തശീലരായ ജ്ഞാനികളുടെ പുഞ്ചിരി.

വീണ്ടും വീണ്ടും പാവത്താൻ ചപ്രത്തല ചീകി. ചീപ്പിന്റെ ഒന്നുരണ്ട് പല്ലുകൾ പൊട്ടിപ്പോയി അതൊന്നും ശ്രദ്ധിച്ചില്ല. അവർക്ക് ആ ക്രിം ക്രിം ശബ്ദമാണ് കേൾക്കേണ്ടത്.

“എന്താ ബോധ്യമായോ?” - ചീകൽ നിറുത്തി പാവത്താൻ ചോദിച്ചു.

“ഉവ്വ്”, ഉണ്ണി പറഞ്ഞു. “വൈദ്യുത ചാർജ് ശബ്ദിക്കുമോ എന്ന് സംശയമായിരുന്നല്ലോ നമുക്ക്. ഇനി സംശയിക്കേണ്ട. ശബ്ദം കേട്ടത് സത്യം. പിന്നെ സംശയം എന്തിന്?”

“ഈ വൈദ്യുത ചാർജ് നമുക്ക് കാണുവാൻ പറ്റില്ല അല്ലേ? ഇക്കാര്യത്തിൽ അത് വായു മാതിരിയാണ്; അല്ലേ?” ഉണ്ണി ചോദിച്ചു.

“അതേ വായു നമുക്ക് കാണാനാവില്ല. പക്ഷെ കേൾക്കാം. മൂളിപ്പാട്ടുകാരിയാണ് ഇളംകാറ്റ്.”

“അതുപോലെ വൈദ്യുത ചാർജും കാണാനാവില്ല. എങ്കിലും

ചടപട
ഹ്രീം..... ക്രീം....ം.....ം

അതിന്റെ ഒച്ചകേൾക്കാം എന്തോ പൊട്ടിപ്പൊടിയുന്ന ശബ്ദം. ഗൗരവക്കാരിയാണീ വൈദ്യുത ചാർജ്!"

"എന്തുതരം ചാർജ് ആണ് ചീകുമ്പോൾ ചീപ്പിലുണ്ടാവുക? പ്ലസ് ചാർജോ അതോ?"

"പ്ലസ് ചാർജ് അല്ല. മൈനസ് ചാർജ് ആണ് ചീപ്പിൽ ജനിക്കുന്നത്."

"ശരിയാണ്. നീ പാവത്താനായാലും ബുദ്ധിമാനാണ്. നമ്മുടെ ടീച്ചർ പറയുംപോലെ."

"ആ, നേരംപോകുന്നു. എവിടെ കടലാസ് കഷണങ്ങൾ?" പാവത്താൻ ചോദിച്ചു.

ഉണ്ണി ട്രൗസറിന്റെ പോക്കറ്റിൽ കൈയിടും മുമ്പേ കേട്ടു, ഉച്ചത്തിലുള്ള ആ നീണ്ട വിളി.

"ഗോപാലാ...... ഗോപാലാ......"

"അമ്മ! ഞാനോടിച്ചെല്ലട്ടെ. ഇപ്പോൾ ചെന്നില്ലെങ്കിൽ അടികിട്ടും. അടിയോടടി.

പാവത്താൻ ഓടിമറയുന്നത് ഉണ്ണി നോക്കിനിന്നു. ചളിപിടിച്ച ചീപ്പ് മുടിയിഴകളുമായി വഴിയിൽ കിടക്കുന്നു. കടലാസുകഷ്ണങ്ങൾ വെറുതെ ആയോ.

ഇല്ല! അവൻ സമാധാനിച്ചു. ഇന്ന് വൈദ്യുതചാർജിന്റെ ഒച്ച കേട്ടില്ലേ! അപ്പോളൊരു മോഹം സാധിച്ചു. അടുത്തത് നാളെ.

കൺമുമ്പിൽ കണ്ട സത്യം

വെളിച്ചം വീഴാത്ത ഊടുവഴി,

ചീപ്പ്, കടലാസുകഷണങ്ങൾ, മുടിചീകുന്ന 'പാവത്താൻ', ഉണ്ണി ഇതെല്ലാം സ്വപ്നം കണ്ടുകൊണ്ട് നിന്നു. വീട്ടിലും അയൽവീടുകളിലുമെല്ലാം ബഹളമാണ്. ഉണർവും ഉന്മേഷവും തുളുമ്പിനിൽക്കുന്ന പ്രഭാതം. തിരുവോണമുണ്ണാൻ സദ്യയൊരുക്കുകയാണ് എല്ലാ വീടുകളിലും; കുട്ടികളുടെ ആർപ്പുവിളിയും പൊട്ടിച്ചിരിയും കേൾക്കാം.

ഉണ്ണി പ്രഭാതകൃത്യങ്ങൾ കഴിച്ചു. വേഗം കാപ്പി കുടിച്ചു. കടലാസുകഷണങ്ങളും ചീപ്പും എടുത്ത് ആരാരും കാണാതെ ട്രൗസറിന്റെ പോക്കറ്റിലാക്കി. ഇത്രയും മതിയോ? ഉണ്ണി ആലോചിച്ചു. മതി. ഇനി ആവശ്യം പാവത്താന്റെ ജടപിടിച്ച തലയാണ്. എണ്ണതേക്കാതെ ചെമ്പിച്ചു നിൽക്കുന്ന ആ നീണ്ട മുടിയിഴകൾ.

അവൻ പാവത്താന്റെ പടിക്കലെത്തി. അപ്പുറത്തു കാണുന്ന കുടിലിലേക്ക് നോക്കി. അവിടെയും ഊണിനുള്ള ഒരുക്കങ്ങൾ തകൃതിയായി നടക്കുന്നുണ്ട്. ഗോപാലന്റെ അച്ഛൻ കുട്ടികളെ വിളിക്കുകയും ഓരോന്ന് നിർദേശിച്ച് ചെയ്യിക്കുകയും ചെയ്യുന്നു. പാവത്താനിപ്പോൾ വരാൻ പറ്റിയില്ലെങ്കിൽ പ്ലാനെല്ലാം തെറ്റും. ഉച്ചയായാൽ അവൻ എണ്ണ തേച്ച് കുളിക്കും. ഓണമല്ലെ! എണ്ണ വേണ്ടെന്ന് പറഞ്ഞാലും ആരാണ് സമ്മതിക്കുക. പിന്നെ എണ്ണമയമില്ലാത്ത മുടി തേടി എവിടെപ്പോകും?

ഇങ്ങനെ ആലോചിച്ച് വിഷമിച്ച് നിൽക്കുമ്പോൾ കുടിലിനുമുമ്പിൽ പാവത്താൻ പ്രത്യക്ഷപ്പെട്ടു. ഉണ്ണിയെ കണ്ടയുടൻ അവൻ കൈകൊണ്ട് ആംഗ്യംകാട്ടി.

"ഇന്നലെ ചെന്നിരുന്ന സ്ഥലത്തേക്ക് നടന്നോളൂ. പിന്നാലെ ആരുമറിയാതെ ഞാനെത്തിക്കോളാം."

ഇതെങ്ങനെ?

ഉണ്ണി ഊടുവഴിയിലേക്കിറങ്ങി നടന്നു. ഒരു വളവ് തിരിഞ്ഞപ്പോൾ നിന്നു. പിന്നെ കാത്തുനിൽപ്പായി. തത്സമയം അതുവഴിവന്നു മനക്കലെ വേലക്കാരി. ഉണ്ണിയോട് അവർ ചോദിച്ചു.

"എന്താ ഇവിടെ?"

"വെറുതെ" - ഉണ്ണി പറഞ്ഞു.

"എന്തെങ്കിലും വികൃതി കാണിക്കാനാവും. അതാ കൂട്ടുകാരനും വരുന്നുണ്ടല്ലോ."

ഉണ്ണി പുഞ്ചിരിച്ചു. വേലക്കാരിയും കള്ളച്ചിരി ചിരിച്ച് കടന്നുപോ82 യി.

"നമ്മൾ ചെയ്യുന്നതെല്ലാം വികൃതിയാണ് എല്ലാവർക്കും" - ചപ്ര ത്തല തടവിക്കൊണ്ട് പാവത്താൻ ഗോപാലൻ പറഞ്ഞു.

"അവർക്കെന്തറിയാം"- ഉണ്ണി സമാധാനിപ്പിച്ചു.

"നേരം കളയേണ്ട വേഗം ആവാം. ചീപ്പെവിടെ?" പാവത്താൻ ചോദിച്ചു.

ഉണ്ണി ചീപ്പെടുത്തു കൊടുത്തു.

പാവത്താൻ ജടപിടിച്ച മുടി ചീകിത്തുടങ്ങി.

ചീകലോട് ചീകൽ. ചടപട ശബ്ദം കേട്ടുതുടങ്ങി.

ഉണ്ണി കൊച്ചുകൊച്ചു കടലാസു കഷണങ്ങൾ നിരത്തിയിട്ടു.

മൂന്ന് നാല് നിമിഷം ചെമ്പിച്ച മുടിയിഴകളിൽ കൂടി ചീപ്പ് അതി വേഗം സഞ്ചരിച്ചു.

പെട്ടന്നവൻ ചീകൽ നിറുത്തി.

തലയിൽ നിന്നെടുത്ത ചീപ്പ് കടലാസുകഷണങ്ങളുടെ അടുത്തേക്ക് കൊണ്ടുവന്നു. അവയിൽ ചീപ്പ് ഒട്ടുമേ തൊട്ടില്ല.

ചീപ്പടുത്തെത്തിയേ ഉള്ളൂ. നിലത്തു കിടന്ന കടലാസു തുണ്ടുകൾ എല്ലാം ചീപ്പിലേക്ക് പാഞ്ഞു വന്നു.

ചീപ്പിൽ തൂങ്ങി നിൽക്കുന്നു രണ്ട് മൂന്ന് കടലാസുതുണ്ടുകൾ! കാന്ത ത്തിന്മേൽ ഇരുമ്പാണി നിൽക്കുന്നതുപോലെതന്നെ. മുൻ പേജിലെ ചിത്ര ത്തിൽ നോക്കൂ.

ഇരുപേരും അത്ഭുതസ്തബ്ധരായി അതു നോക്കി രസിച്ചു.

വൈദ്യുത ചാർജിനെ വാഴ്ത്തി സ്തുതിക്കാൻ തോന്നി അവർക്കി രുപേർക്കും.

മുടി ചീകിയപ്പോൾ ചീപ്പിന് വൈദ്യുത ആവേശം കിട്ടി. ആവേശം ഏതുതരം? ഇലക്ട്രോണുകൾ ചീപ്പിലേക്ക് വന്നുചേർന്നതാണ്. മൈനസ് ചാർജ് ഉള്ള കണികകളല്ലേ ഇലക്ട്രോണുകൾ. ആകയാൽ ചീപ്പിൽ ജനിച്ചത് മൈനസ് ചാർജിൽ നിന്നുള്ള ആവേശം.

ചാർജ് കിട്ടിയ ചീപ്പ് കടലാസുതുണ്ടുകളെ ആകർഷിക്കുന്നു. അവ ചീപ്പിന്മേൽ തൂങ്ങിനിൽക്കുന്നു.

ആ സത്യം അവർ കൺമുമ്പിൽ കണ്ടു. അനുഭവിച്ചറിഞ്ഞു. അവർ ക്കത് ബോധ്യമായി. മറക്കാനാവാത്തവിധം മനസിൽ പതിഞ്ഞു.

അനുഭവം പഠിപ്പിക്കുന്ന പാഠങ്ങൾ മറക്കാൻ ആർക്കാവും.

ടാപ്പ് തുറക്കാതെ തന്നെ വെള്ളം!

ഓണം വരുമ്പോൾ ആഹ്ലാദം. വന്നാൽ അത്യാഹ്ലാദം. കഴിയുമ്പോൾ വിഷാദവും. അതാണ് എല്ലാ കൊല്ലത്തേയും അനുഭവം.

ഒന്ന് മിണ്ടാൻപോലും ആളില്ല. ഓണത്തിന് വന്നവരെല്ലാം പോയി ഓണദിവസങ്ങളിലെ ഓരോരോ സന്തോഷാനുഭവങ്ങളെ തനിച്ചിരുന്ന് താലോലിച്ചുകൊണ്ടിരുന്നപ്പോൾ ഉണ്ണിക്ക് സങ്കടം തോന്നി.

'പാവത്താനു' മായി കൂട്ടുകൂടുന്നത് ആർക്കും ഇഷ്ടമല്ല. അച്ഛനും അമ്മയ്ക്കും വഴിത്തലയ്ക്കൽ പാർക്കുന്ന അസത്താണ് അവൻ. പിന്നെ പരിസരത്താരുമില്ല കൂട്ടിന്. ആകപ്പാടെ മടുപ്പുതോന്നി ഉണ്ണിക്ക്. അവൻ മോഹിച്ചു, സ്കൂൾ ഒന്ന് തുറന്നാൽ മതിയായിരുന്നു.

ഹായ്! ഓണം കഴിഞ്ഞിട്ട് സ്കൂളിൽ ചെന്നപ്പോൾ എന്തൊരാനന്ദം! പിന്നിൽപ്പോയ പതിനാല് തിരുവോണദിനങ്ങളും ഒന്നിച്ചു വന്നപോലെ! ഉണ്ണി അളവില്ലാത്തത്ര അഗാധമായി ആനന്ദിച്ചു.

കേട്ടില്ലേ തനിക്കും പാവത്താനും സ്കോളർഷിപ്പ് കിട്ടാൻ പോവുന്നു. ക്ലാസ്കൂടുംമുമ്പെ മാസ്റ്റർ വിളിച്ചുപറഞ്ഞു. കേട്ടവർ അഭിനന്ദിച്ചു.

പാവത്താനായിരുന്നു സ്കോളർഷിപ്പു പരീക്ഷയിൽ കൂടുതൽ മാർക്ക് നേടിയത്. അവനെ അനുമോദിക്കാൻ സയൻസ് ക്ലബ്ബ് യോഗം ചേർന്നു. അതിൽ വച്ച് പി ഐ മാസ്റ്റർ ഒരു കവർ അവന് സമ്മാനിച്ചു. അതിൽ അഞ്ച് നൂറുരൂപാ നോട്ടുകൾ ആയിരുന്നു. പാവത്താനേയും ഉണ്ണിയേയും സഹപാഠികൾ പ്രശംസിച്ചു.

ഇതെല്ലാം കേട്ട ഉണ്ണിയുടെയും പാവത്താന്റെയും അയൽക്കാർ അത്ഭുതപ്പെട്ടു. ഉണ്ണിയുടെ അച്ഛനമ്മമാർ ഗോപാലനെ വാഴ്ത്തിസ്തുതിച്ചു. അതോടെ ചപ്രത്തലയനുമായി കൂട്ടുകുടുന്നതിലുള്ള വിലക്ക് നീങ്ങി. അതായിരുന്നു സ്കോളർഷിപ്പുകൊണ്ടുണ്ടായ മികച്ച നേട്ടം.

സന്തോഷദിനങ്ങൾ ഒന്നിനു പിമ്പേ മറ്റൊന്നായിട്ടാണ് വരിക. ആ ആഴ്ച അവസാനം അമ്മൂമ്മയും മാധവനും വിരുന്നു വന്നു, ഉണ്ണിയുടെ വീട്ടിൽ. മാധവന്റെ കളിപ്പേര് 'ചൊക്ളി' എന്നാണ്. ഇരുപേരും സമപ്രായക്കാർ. ഒരേ ക്ലാസിൽ പഠിക്കുന്നു. ചൊക്ലി വന്നിട്ടുണ്ടെന്നു കേട്ടപ്പോൾ പാവത്താൻ പറന്നെത്തി.

"മാധവൻ, ഞങ്ങൾ വിഷമിച്ചിരിക്കുകയാണ്"

സംഭാഷണമധ്യേ ഉണ്ണി ആവലാതിപ്പെട്ടു.

"എന്താ?" മാധവൻ ചോദിച്ചു.

"ഞങ്ങൾക്ക് മാധവന്റെ വീട്ടിലെപ്പോലെ വെള്ളം ചാടുന്ന ഒരു പൈപ്പ് വേണം"

"ഇവിടെ മോട്ടോറും പമ്പും ഒന്നും ഇല്ലല്ലൊ. വീട്ടിൽ എല്ലാമുണ്ട്. കിണറ്റിൽനിന്ന് മോട്ടോർ പമ്പുചെയ്യുന്ന വെള്ളം പൈപ്പിൽക്കൂടി വരുന്നു. വേണ്ടിടത്തൊക്കെ ടാപ്പുണ്ട്. ടാപ്പ് തിരിക്കുകയേ വേണ്ടൂ. ധാരധാരയായി വീഴും വെള്ളം."

"അങ്ങനെ ഒരു ജലധാര ഉണ്ടാക്കാൻ എന്താ സൂത്രം?"

"എന്തു സൂത്രം?" മാധവൻ തിരിച്ചുചോദിച്ചു.

"ഗോപാലന് ആലോചിച്ചിട്ട് എന്തെങ്കിലും ഉപായം തോന്നിയോ?" ഉണ്ണി ചോദിച്ചു.

"എന്താ പാവത്താൻ അത്ര വലിയ ജ്ഞാനിയോ?" മാധവൻ.

"അറിവില്ലാതെ ആണോ സ്കോളർഷിപ്പ് പരീക്ഷയിൽ ഏറ്റവും കൂടുതൽ മാർക്ക് വാങ്ങിയത്?" ഉണ്ണി ചോദിച്ചു.

"സ്കോളർഷിപ്പ് പരീക്ഷ! ഞാൻ പോയില്ല അതിന്. എനിക്ക് പഠിക്കാൻ വീട്ടിൽ പണമുണ്ട്. പിന്നെ ആർക്കുവേണം സ്കോളർഷിപ്പ്?" മാധവൻ ചോദിച്ചു.

"പണ്ട് കുറുക്കനും ഒടുവിൽ പറഞ്ഞു. മുന്തിരിങ്ങ പുളിക്കും എന്ന്" ചാരുകസേരയിൽ കിടന്ന് കുട്ടികളുടെ സംഭാഷണം ശ്രദ്ധിച്ചുകൊണ്ടിരുന്ന ഉണ്ണിയുടെ അച്ഛൻ പറഞ്ഞു.

പാവത്താൻ അതുകേട്ട് ഓർത്തോർത്ത് ചിരിച്ചു. ഉണ്ണിയും അച്ഛൻ പറഞ്ഞതിന്റെ പൊരുൾ ആലോചിച്ചു. മാധവന് അതുകേട്ട ഭാവമേ ഇല്ല.

ഉണ്ണിയുടെ അച്ഛൻ അകത്തേക്കുപോയി. ആ തക്കം നോക്കി ഗോപാലൻ പറഞ്ഞു:

"ആട്ടെ, ഉണ്ണി അകത്തുപോയി വട്ടം കൂടിയ ഒരു കിണ്ണവും ഒരു കൊച്ചു കിണ്ടിയും കൊണ്ടുവരൂ. ഞാനുണ്ടാക്കാം ജലധാര."

"പിച്ചളക്കിണ്ണമോ, സ്റ്റീൽക്കിണ്ണമോ?"

"ഏതായാലും വിരോധമില്ല; മൺചട്ടിയായാലും മതി."

ഉണ്ണി കിണ്ണവും ചെറിയ കിണ്ടിയും കൊണ്ടുവന്നു. നടപ്പുരയുടെ അരമതിലിൽ വച്ച് കിണ്ണം നിറയെ വെള്ളം നിറച്ചു. എന്നിട്ട് കിണ്ടി വെള്ളത്തിൽ കമഴ്ത്തിവച്ചു.

മാധവനും ഉണ്ണിയും നോക്കിനിൽക്കെ ഗോപാലൻ പോക്കറ്റിൽ നിന്ന്

വെള്ളം വളയുന്നുവോ?

ചീപ്പെടുത്തു. ഉണ്ണിക്ക് സംഗതി മനസിലായി. അവൻ അച്ഛന്റെ കമ്പിളി ബനിയൻ കൊണ്ടുവന്നു. ചീപ്പ് അതിന്മേൽ ഉരസിത്തുടങ്ങി.

ഗോപാലൻ കിണ്ടിയുടെ വാലിൽ വായ്‌വച്ച് അതിനുള്ളിലെ വായു വലിച്ചെടുത്തു. ഉടൻ കിണ്ടിവാലിൽക്കൂടി വെള്ളം ഒഴുകി വന്നു--ടാപ്പ് തുറക്കുമ്പോൾ പൈപ്പിൽ നിന്ന് വെള്ളം ചാടുന്നതുപോലെ നല്ല സൗമ്യമായ ഒഴുക്ക്. സിമിന്റിട്ട നിലത്ത് വെള്ളം വീഴാതിരിക്കാൻ കിണ്ടിവാലിന് നേരെതാഴെ വേറൊരു പാത്രം വച്ചു.

സൗമ്യമായി ഒഴുകുന്ന ജലധാരയ്ക്ക് അരികെ ഉരച്ചെടുത്ത ചീപ്പ് നീട്ടി, ഗോപാലൻ. കുത്തനെ വീഴുന്ന ജലധാര വളയുന്നു. ചീപ്പിനോടടുക്കുന്നു.

അത് നോക്കിനിൽക്കെ കേട്ടു ആ ഉച്ചത്തിലുള്ള വിളി.

"ഗോപാലാ........ഗോപാലാ............."

അമ്മയെ അവന് വലിയ ഭയമാണ്. ദേഷ്യം വന്നാൽ ആ സ്ത്രീ അവനെ അടിക്കും ഇടിക്കും കിഴുക്കും പിച്ചും. ചിലപ്പോൾ കവിളുകളിലോ കഴുത്തിലോ പിടിച്ച് ഞെരിക്കും- ഒരു ഭ്രാന്തിയെപ്പോലെ.

ആകയാൽ വിളികേട്ടമാത്രയിൽ അവൻ പറന്നു.

"പാവത്താനേ വേഗം വരണേ" ഉണ്ണി വിളിച്ചു പറഞ്ഞു. "ചൊക്ലി നാളെ പോകും."

"വരാം."

അരിമണിയുടെ നൃത്തം

പിറ്റേന്ന് രാവിലെ അവർ വീണ്ടും ഒത്തുകൂടി. പാവത്താനും ചൊക്ലിയും ഉണ്ണിയും.

പാവത്താൻ മറ്റൊരു പരീക്ഷണത്തിന് ഒരുങ്ങിയാണ് നിൽപ്പ്. പരീക്ഷണങ്ങൾ നടത്താൻ അവന്റെ വീട്ടിൽ ഇടമില്ല. നവീനോപകരണങ്ങളില്ല. എന്നിട്ടും വീട്ടിൽ കാണുന്ന നിസ്സാരപദാർഥങ്ങളും നിത്യം ഉപയോഗിക്കുന്ന ചില്ലറ സാമഗ്രികളും ഉപയോഗിച്ച് ഓരോരോ പരീക്ഷണങ്ങൾ നടത്തുന്നു.

"ഉണ്ണീ, അൽപ്പം നുറുങ്ങരി"- പാവത്താൻ പറഞ്ഞു.

ഒരുപിടി നുറുങ്ങരിയാണ് ഉണ്ണി കൊണ്ടുവന്നത്.

അതുകണ്ട് പാവത്താൻ: "ഇത്രയൊന്നും ആവശ്യമില്ല. അഞ്ചെട്ട് മണി മതി. അരി അന്നമാണ്. വിശക്കുന്നവന്റെ മുമ്പിൽ അന്നം ദൈവമാണ്. ഇതൊരു പുസ്തകത്തിൽവായിച്ചതാണ് കേട്ടോ."

പാവത്താൻ ഏറ്റവും ചെറിയ അഞ്ചെട്ട് നുറുങ്ങരി മണികൾ ഒരു കടലാസിൽ നിരത്തി.

അപ്പോഴേക്കും ഉണ്ണി കമ്പിളിപ്പുതപ്പിനുമേൽ കൊച്ചു ചീപ്പ് ഉരസി ഉരസി തയാറായിനിന്നു.

പാവത്താൻ ആ ചീപ്പുവാങ്ങി നുറുങ്ങരി മണികളോടടുപ്പിച്ചു.

ഹായ്! നുറുങ്ങരി മണികൾ ചീപ്പിന്റെ പല്ലുകളിലേക്ക് ചാടിക്കയ

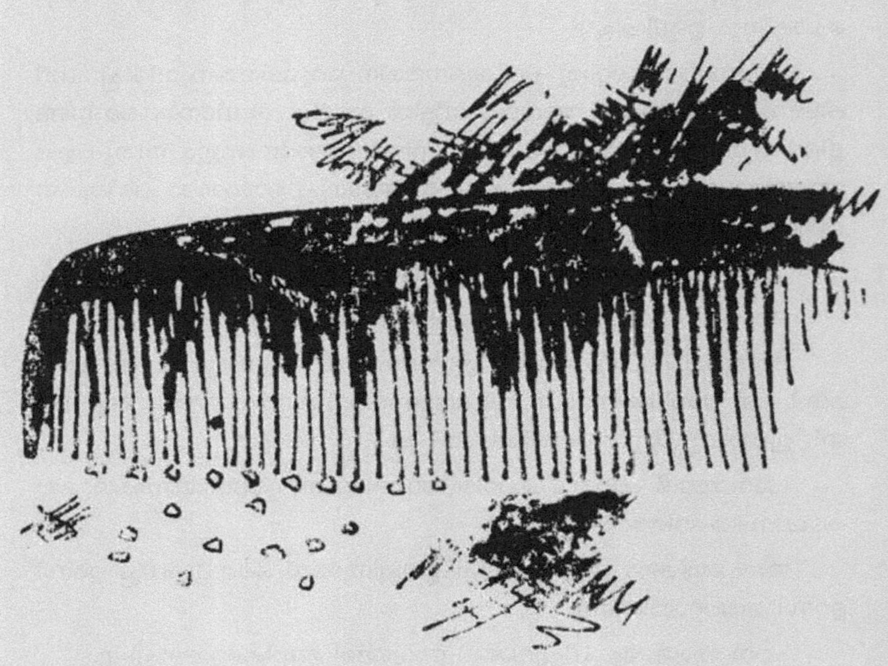

നുറുങ്ങരികളുടെ നൃത്തം

റി. പല്ലുകളിന്മേൽ ഒട്ടിനിന്നു. പശവെച്ച് ആരോ ഒട്ടിച്ചപോലെ-

ഇടത് പേജിൽ കാണിച്ചിരിക്കുന്ന കാഴ്ച അവർ നോക്കി നിന്നു.

അൽപ്പം കഴിഞ്ഞപ്പോൾ കണ്ടു-

ചീപ്പിന്മേൽ പറ്റിപ്പിടിച്ച അരിമണികളെല്ലാം തെരുതെരെ താഴെ വീഴുന്നു.

അതുകഴിഞ്ഞ് പാവത്താന്റെ വിശദീകരണമായി.

ചീപ്പ് കമ്പിളിപ്പുതപ്പിന്മേൽ ഉരസിയല്ലോ. അപ്പോൾ ചീപ്പിലേക്ക് ഇലക്ട്രോണുകൾ വന്നുചേർന്നു. അത് മൈനസ് ചാർജിനാൽ ആവേശിച്ചു. ഈ ആവേശം ആകർഷണ ശക്തി നൽകി. ഈ ആകർഷണശക്തിയാണ് അരിമണികളെ പിടിച്ചുനിറുത്തിയത്.

ചീപ്പിന്റെ പല്ലുകളിന്മേൽ അരിമണികൾ ബന്ധിപ്പിക്കപ്പെട്ടനേരം അവ ചീപ്പിൽ വന്നുചേർന്ന ഇലക്ട്രോണുകളിൽ ചിലതിനെ തട്ടിപ്പറിച്ചെടുത്തു. അങ്ങനെ അരിമണികളിലുമായി അധികം ഇലക്ട്രോണുകൾ അതോടെ അവയും മൈനസ് ചാർജിന് വിധേയമായി.

ഒരേതരം ആവേശങ്ങൾ ചാർജുകൾ തമ്മിൽ വികർഷണമാണല്ലോ. അതനുസരിച്ച് ചീപ്പുപല്ലുകളും അരിമണികളും അന്യോന്യം വികർഷിച്ചു. തത്സമയം അരിമണികളെല്ലാം താഴെ വീണു—കാറ്റേറ്റ് ഞെട്ടറ്റ കണ്ണിമാങ്ങകൾ കൊഴിയുന്നതുപോലെ.

“എടാ പാവത്താനേ എവിടെ നിന്നാണ് ഈ അറിവുകളെല്ലാം നിനക്ക് കിട്ടിയത്?” ചൊക്ലിചോദിച്ചു.

“സമ്മാനത്തിലെ അറിവിനുള്ള വഴിയിൽനിന്ന്” പാവത്താൻ പറഞ്ഞു.

പിന്നെ ഏറെനേരം അവർ സമ്മാനം കിട്ടിയ ‘സമ്മാനം’ പുസ്തകത്തിലെ ഓരോരോ കഥകളെപ്പറ്റി ഓരോന്ന് പറഞ്ഞു കൊണ്ടിരുന്നു. അങ്ങനെ നേരം പോയി.

“ഞാൻ ഇന്ന് പോകും” പിരിയാൻ നേരം ചൊക്ലി പറഞ്ഞു.

“പിന്നെ ഇനി എന്നുകാണും” മുഖംമങ്ങിയ പാവത്താൻ ചോദിച്ചു.

“ഒരുപക്ഷേ അടുത്ത കൊല്ലം. അല്ലെങ്കിൽ എന്നെങ്കിലും.”

“അപ്പോൾ നീ വലുതായിട്ടുണ്ടാവും.” പാവത്താൻ പറഞ്ഞു.

“നീയും ഉണ്ണിയും വലുതായിട്ടുണ്ടാകും. വലുതാവുകമാത്രമല്ല, അറിവിനുള്ള പുതിയ വഴിയും നിങ്ങൾ കണ്ടിരിക്കും, ഇല്ലേ?” ചൊക്ലി ചോദിച്ചു.

ഇനി നാം എന്നു കാണും....

അതിന് ആരും മറുപടി പറഞ്ഞില്ല. മൂന്നുപേരും പുഞ്ചിരിച്ച് അന്യോന്യം നോക്കി. ആ ചിരിയിൽ വേർപിരിയുന്നതിന്റെ വിഷമമുണ്ടായിരുന്നു.

പാവത്താൻ ഒറ്റയ്ക്കായപ്പോൾ പരീക്ഷണങ്ങളോരോന്നും ഉണ്ണി ഓർത്തുപോയി.

ഇതുപോലെ എനിക്കുമുണ്ട് ചിലതുപറയാൻ. ഓണം കഴിഞ്ഞ് സ്കൂൾ തുറക്കട്ടെ.

അവൻ സമാധാനിച്ചു.

ഭാഗം മൂന്ന്

കഥ കേൾക്കാം
അറിവ് നേടാം

ഒരു കണ്ടുപിടിത്തം

ചങ്ങാതീ, ഞാനൊരു കണ്ടുപിടിത്തം നടത്തിയിരിക്കുന്നു. എന്താണെന്നോ? ഒരു കടംകഥ. കേട്ടാൽ ചുണ്ടിൽ ചിരി മുല്ലപ്പൂപോലെ വിരിയും. ഇതാ കേൾക്കൂ. വളരെ ശ്രദ്ധിച്ചു കേൾക്കണം, ഉത്തരം പറയേണ്ടതാണ്.

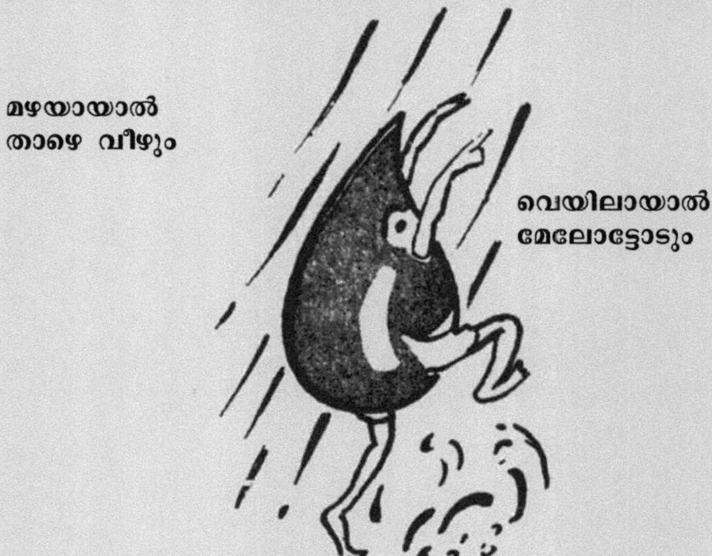

"വെയിലേറ്റാൽ മാനത്തേക്കോടിപ്പോകും.
മഴയായാൽ നൂലറ്റ് താഴെവീഴും

അങ്ങനെ മുറ്റത്തോടിക്കൂടും
അങ്ങനെ മുറ്റം കടലാകും
മഞ്ഞായാൽ കല്ലിച്ചുറച്ചിരിക്കും,
മണ്ണിന്നടിയിൽ ഒളിച്ചിരിക്കും

നിറമില്ല, മണമില്ല, രുചിയില്ല
സ്വന്തമായ് ആകൃതിയുമില്ലല്ലൊ.
ഇദ്ദിവ്യവസ്തുവിൻ പേരറിയാത്തോർ-
ക്കായിരം കടം ചങ്ങാതി!"

വേഗം ഉത്തരം പറഞ്ഞാലോ? സമ്മാനമായി ചില കഥകൾ പറഞ്ഞുതരാം. രസകരമായ കഥകൾ.

എന്താണുത്തരം! ആലോചിക്കൂ. ആലോചിക്കുംതോറും സംശങ്ങളുണ്ടാകും. സംശയിച്ചാലേ നാം ചിന്തിക്കൂ. ഇത് എന്റെ ക്ലാസ്ടീച്ചർ പറഞ്ഞതാണ് കേട്ടോ.

അങ്ങനെ സംശയിക്കലും ചോദ്യം ചോദിക്കലുമായി ശ്രമിച്ചുനോക്കൂ. ഉത്തരം കിട്ടും, ഇല്ലെങ്കിലോ? ഞാൻ പറഞ്ഞുതരില്ല. നിങ്ങളെക്കൊണ്ട് തന്നെ പറയിപ്പിക്കും.

അതുകൊണ്ട് ഉത്തരം മുട്ടിയാൽ പറയുക. ഉത്തരം മുട്ടുമ്പോൾ മാത്രം.

ഉത്തരം

എന്തായി? ഉത്തരം കിട്ടിയോ?

ഉത്തരം കിട്ടിയവർക്ക് പറയാനുള്ള ആവേശമായിരിക്കും. പക്ഷേ ഒന്നോർക്കണം ഒരു സമയം നിങ്ങളുദ്ദേശിക്കുന്നതാവില്ല ശരിയായ ഉത്തരം. അതുകൊണ്ട് ശരിയാണെന്ന് ബോധ്യമായിട്ട് ആഹ്ലാദിച്ചാൽ മതി.

ചിലർ ഉത്തരം കിട്ടാതെ കുഴങ്ങിക്കാണും. സാരമില്ല 'കടംകഥയോട് പിണങ്ങേണ്ട. എന്നോടും പിണങ്ങേണ്ട. അറിയാനുള്ള ആഗ്രഹം ഉണ്ടായാൽ മതി. ഞാൻ നിങ്ങളെ സഹായിക്കാം. അപ്പോൾ എന്നോട് മുഷിയില്ലല്ലോ. എന്നാൽ കേൾക്കൂ.

നിങ്ങൾക്ക് ദാഹിച്ചാൽ കുടിക്കാൻ, നിങ്ങളുടെ ശരീരത്തിൽ അഴുക്കു പുരളുമ്പോൾ കുളിക്കാൻ, നിങ്ങളുടെ വസ്ത്രങ്ങൾ മുഷിയുമ്പോൾ അലക്കാൻ, നിങ്ങൾക്ക് ഭക്ഷണം പാകം ചെയ്യാൻ; ഇതിനെല്ലാം എന്താണ് അത്യാവശ്യം? ഉത്തരത്തിന് രണ്ടക്ഷരമേ ഉള്ളൂ. എന്താണത്? 'വെള്ളം.' ഇതാ ഉത്തരം കിട്ടി.

വെയിലേറ്റാൽ വെള്ളം ആവിയായി മേൽപ്പോട്ട് ഉയരും. ചിലപ്പോൾ അത് ഭൂമിക്കടിയിലൊളിച്ചിരിക്കും. കിണറ്റിലേക്ക് നോക്കൂ. ഉറവുകൾ കാണാം, മഴയായാൽ വെള്ളത്തുള്ളികൾ വായുവിലൂടെ മുറ്റത്തേക്ക് ഒഴുകിയെത്തും. അവ മുറ്റത്ത് ഒന്നിച്ച് ചേരുമ്പോൾ മുറ്റം കടലാവും. ആ കടലിൽ നിങ്ങൾ കടലാസ്വഞ്ചിയിറക്കാറില്ലേ?

തണുപ്പുകാലത്തു വെള്ളം ഉറച്ച് മഞ്ഞുകട്ടയാകും. പാറപോലുള്ള മഞ്ഞുകട്ട.

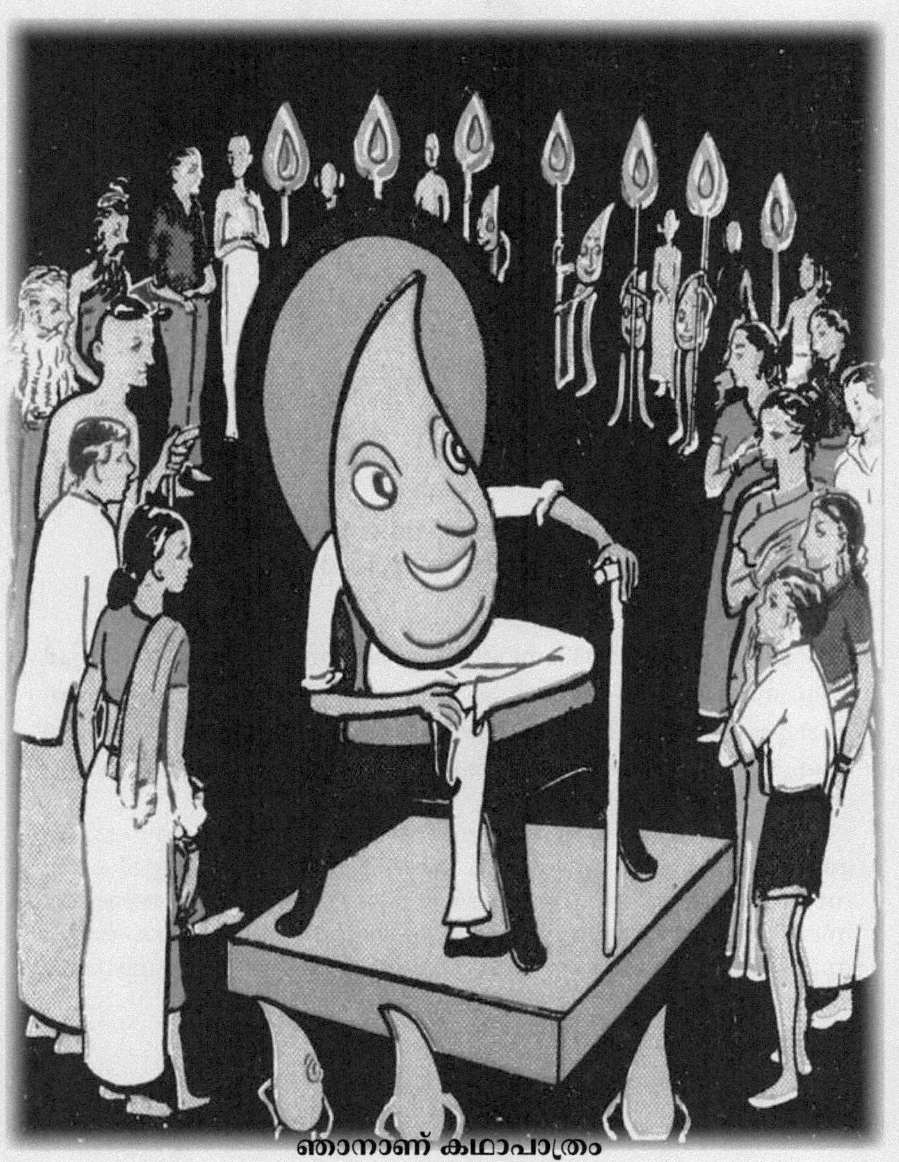

ഞാനാണ് കഥാപാത്രം

**വെള്ളത്തിന് സ്വന്തമായി ഒരാകൃതിയില്ല–
ഗ്ലാസ്സിലായാൽ ഗ്ലാസിന്റെ രൂപം.**

നോക്കൂ, വെള്ളത്തിന് നിറമില്ല. മണമില്ല. സ്വാദു നോക്കിയാൽ രുചിയില്ല. സ്വന്തമായി രൂപവുമില്ല. എവിടെ സ്ഥിതിചെയ്യുന്നുവോ അതിനുസരിച്ച് അതിന്റെ ആകൃതി വ്യത്യാസപ്പെടും. ഗ്ലാസിലെടുത്താൽ ഗ്ലാസിന്റെ ആകൃതി. കുപ്പിയിലാക്കിയാൽ കുപ്പിയുടെ രൂപം. കുളത്തിലെ വെള്ളത്തിനോ കുളത്തിന്റെ രൂപം.

വെള്ളം! വീണ്ടും വീണ്ടും വാഴ്ത്തിസ്തുതിക്കേണ്ട ഒരു പദാർഥമാണിത്. ഖരം, ദ്രാവകം, വാതകം എന്നീ മൂന്ന് രൂപങ്ങളിൽ ഇത് കണ്ടുവരുന്നു. എല്ലാ ജീവജാലങ്ങളുടെയും പ്രാണൻ, ഭൂമിയിലെ അത്ഭുതവസ്തു. അങ്ങനെ ഉത്തരം കിട്ടി. ഇനി സമ്മാനമായി കഥകൾ ഓരോന്നായി പറയാം. ഓർക്കണേ! ഈ എല്ലാ കഥകളിലും പ്രധാനകഥാപാത്രം വെള്ളം തന്നെ.

കള്ളൻ

പണ്ട് ഒരമ്മാവൻ വിരുന്നുപോയി. പോകാനൊരുങ്ങുമ്പോൾ കരുതി, ഇന്നുതന്നെ മടങ്ങണം. മടങ്ങി എത്തുമ്പോൾ ഒരുപക്ഷേ ഇരുട്ടിയിരിക്കും. പിന്നെ അടുക്കളപ്പണിയൊക്കെ മഹാവിഷമം. അതുകൊണ്ട് പോകുന്നതിനുമുമ്പ് മൂപ്പർ കുറച്ച് വെള്ളം ഒരു കലത്തിലാക്കി അടുപ്പത്ത് വെച്ചിട്ടാണ് പോയത്.

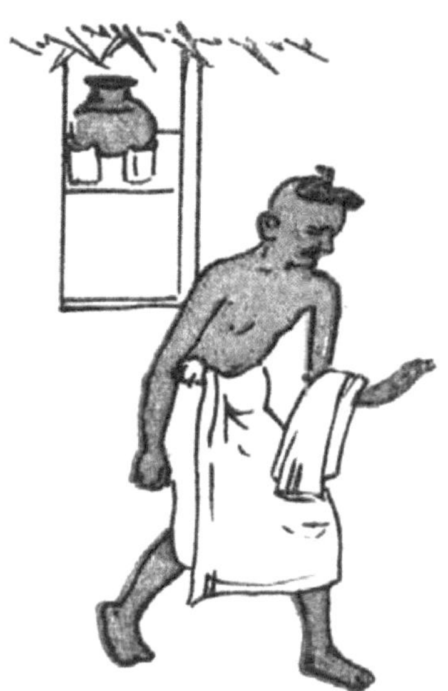

അമ്മാവൻ വിരുന്നുപോകുന്നു

മകളുടെ വീട്ടിലെത്തിയപ്പോൾ മകൾ പനിയായി കിടപ്പാണ്. തൊട്ടാൽ പൊള്ളുന്ന പനി. അമ്മാവന് അന്നുതന്നെ തിരിച്ചു പോരാനൊക്കുമോ?

മകൾക്ക് സുഖമായശേഷം ഒരാഴ്ച കഴിഞ്ഞേ അമ്മാവന് വീട്ടിലേക്ക് മടങ്ങുവാൻ കഴിഞ്ഞുള്ളൂ. വീട്ടിൽച്ചെന്ന് വാതിൽ തുറന്ന് പൊടിയും ചിലന്തിവലയും എല്ലാം തൂത്തുവാരി. അതുകഴിഞ്ഞ് അടുപ്പത്ത് ഇരിക്കുന്ന കലം തുറന്നു നോക്കിയപ്പോൾ......അയ്യോ! അതിൽ ഒരൊറ്റ തുള്ളി വെള്ളം ഇല്ല! അയ്യോ! ഇതെന്തുപറ്റി? അകത്ത് കള്ളൻ കയറിയോ? അമ്മാവൻ വല്ലാതെ പേടിച്ചു.

അമ്മാവൻ പരിഭ്രമത്തോടെ അകത്ത് മുഴുവൻ പരിശോധിച്ചു. ഒരു സാധനവും കളവുപോയിട്ടില്ല. പിന്നെ വെള്ളം എവിടെ? രാത്രിയിൽ വല്ല പ്രേതങ്ങളും വന്ന് എടുത്ത് കുടിച്ചുവോ? എങ്കിൽ പ്രേതങ്ങളുള്ള വീട്ടിൽ എങ്ങനെ തനിയെ ജീവിക്കും? അമ്മാവൻ പേടിച്ച് പുറത്തേക്കോടി. അയൽക്കാരെയെല്ലാം വിളിച്ചുകൂട്ടി വിവരം ധരിപ്പിച്ചു.

സംഭവം അറിഞ്ഞ് സ്ഥലത്തെ മന്ത്രവാദി വന്നെത്തി. അയാളെ ക്കണ്ടാൽ ആർക്കും വെറുപ്പുതോന്നും. വളർന്ന് ജടപിടിച്ച് ചെമ്പിച്ച തലമുടി. അത് കെട്ടുപിണഞ്ഞ് കഴുത്തിന് താഴോട്ടിറങ്ങി പുറത്ത് ആകമാനം ചിന്നിച്ചിതറി കിടക്കുന്നു. "ആണല്ലേ മന്ത്രവാദി, പെണ്ണല്ലല്ലോ മുടി വളർത്താൻ." ഇങ്ങനെ വിചാരിച്ചു, ചുറ്റും കൂടിയ ചില കുട്ടികൾ. കൗശലക്കാരനാണ് മന്ത്രവാദി; തെല്ലുനേരം ഗാഢമായി ആലോചിച്ചശേഷം അയാൾ പറഞ്ഞു:

പ്രേതബാധയാണ്

“പ്രേതബാധയാണ്. അതൊഴിക്കാൻ രണ്ടുദിവസത്തെ ഹോമവും പൂജയും നടത്തണം. അല്ലെങ്കിൽ ഇനിയും ഉപദ്രവങ്ങളുണ്ടാകും.”

അതുകേട്ട് അമ്മാവൻ കരഞ്ഞുതുടങ്ങി. “ഹോമവും പൂജയും കഴിക്കാൻ എന്തൊരു ചെലവാണ്?” അമ്മാവൻ വിഷാദിച്ചു. “അതിന് എന്റെ കൈയിൽ പണം ഇല്ലല്ലോ” മന്ത്രവാദിക്ക് കേൾക്കേണ്ടതും അതാണ്. തന്റെ സൂത്രം ഫലിക്കുന്നുണ്ടെന്ന ആഹ്ലാദത്തോടെ അയാൾ തുടർന്നു:

“പ്രേതബാധയുള്ള വീടല്ലേ, വിറ്റുകളയൂ. അമ്മാവൻ ഇവിടെ താമസിക്കേണ്ട. രാത്രി വെള്ളം കുടിക്കാൻ വരുന്ന പ്രേതങ്ങൾ അമ്മാവനെ പിടിക്കും. ഈ വീട് എനിക്ക് തന്നേക്കൂ. ഞാനല്ലാതെ ഇത് ആരുവാങ്ങും? പ്രതിഫലമായി ഒരു ചെറിയതുക തരാം. സമ്മതിച്ചോ?” മന്ത്രവാദി ചോദിച്ചു.

അമ്മാവന് സഹിച്ചില്ല. താൻ ജനിച്ചുവളർന്ന വീട് വിൽക്കുക! അതും തുച്ഛമായ തുകയ്ക്ക്. സങ്കടംകൊണ്ട് അമ്മാവന് മിണ്ടാൻ വയ്യാതായി.

സന്യാസി വരുന്നു

നിങ്ങൾ ഒരു പെരുങ്കള്ളൻ

തത്സമയം പടി കടന്നുവരുന്നു ഒരു സന്യാസി. ബഹുമാനപൂർവം ആളുകൾ വഴി ഒഴിഞ്ഞുനിന്നു. സന്യാസി ജ്ഞാനിയാണ്. അറിവില്ലായ്മകൊണ്ടും അന്ധവിശ്വാസം കൊണ്ടും നരകിക്കുന്ന മനുഷ്യരെ രക്ഷിക്കാൻ ഊരുചുറ്റുന്ന ദിവ്യനാണദ്ദേഹം. നിഷ്കളങ്കൻ, സത്യസന്ധൻ, ശാന്തശീലൻ. അദ്ദേഹം എല്ലാം ചോദിച്ചറിഞ്ഞു.

പ്രേതമോ ഭൂതമോ ഇല്ല

“ഹേ, മന്ത്രവാദി! നിങ്ങൾ ഒരു പെരുങ്കള്ളനാണ്. കണ്ണിൽച്ചോരയി ല്ലാത്തവനാണ്. അറിവില്ലാത്ത മനുഷ്യരെ ചതിക്കാനാണ് നിങ്ങളുടെ ശ്രമം. അതു നടക്കില്ല” സന്യാസി തറപ്പിച്ച് പറഞ്ഞു.

ആളുകൾ അത്ഭുതസ്തബ്ധരായി. തുടർന്ന് സന്യാസി അമ്മാവനെ സമാധാനിപ്പിച്ചു.

“അമ്മാവാ, ലോകത്തിൽ ഒരിടത്തും പ്രേതമോ ഭൂതമോ ഇല്ല. പ്രേതവും ഭൂതവും മന്ത്രവാദികൾ കെട്ടിച്ചമയ്ക്കുന്ന നുണകളാണ്.”

“പിന്നെ കലത്തിലെ വെള്ളമോ?” പാവം അമ്മാവൻ ചോദിച്ചു.

സന്യാസി: “അത് കാറ്റും ചൂടും ഏറ്റ് ആവിയായിപ്പോയി. നനഞ്ഞ മുണ്ടിലെ വെള്ളം വറ്റി മുണ്ട് ഉണങ്ങുന്നത് കണ്ടിട്ടില്ലേ? മുണ്ടിലെ വെള്ളം ആവിയായി പോകുമ്പോഴാണ് മുണ്ട് ഉണങ്ങുന്നത്. കാറ്റും ചൂടും ഏറ്റാൽ വെള്ളം ആവിയാവും. കലത്തിലെ വെള്ളം കാറ്റും ചൂടും ഏറ്റ് ആവി യായിപ്പോയതാണ്.”

അമ്മാവനും ആളുകൾക്കും സന്യാസിയുടെ വാക്കുകൾ സത്യമാ ണെന്ന് ബോധ്യമായി. അവർ സന്യാസിയെ വന്ദിച്ചു. സന്യാസി നാട്ടു കാരെ അനുഗ്രഹിച്ച് യാത്രപറഞ്ഞു പിരിഞ്ഞു.

മന്ത്രവാദിയുടെ തന്ത്രം ഫലിച്ചില്ലല്ലോ. അയാൾ നിരാശയോടെ തല താഴ്ത്തിനിന്നു. അപ്പോൾ കലത്തിലെ ആവിയായ വെള്ളം മഴക്കാറിനോ ടൊപ്പം മാനത്ത് ഓടി നടക്കുന്നുണ്ടായിരുന്നു.

ആർക്കും ചെയ്യാവുന്നത്

നല്ല വെയിലുള്ള ഒരു ദിവസം.

ഞാനും അനുജൻ രാമുവും മുറ്റത്ത് മാവിൻ ചുവട്ടിൽ നിന്ന് കളിക്കുകയാണ്. അപ്പോൾ ദൂരെ പിടക്കോഴിയുടെ ബഹളം കേട്ടു. ഞാൻ ഓടിപ്പോയി നോക്കി. വിചാരിച്ചത് ശരി. കോഴി മുട്ടയിട്ടതാണ്.

ഞാൻ മുട്ടയും എടുത്തുകൊണ്ട് ഓടിയെത്തി .

അപ്പോഴേയ്ക്കും രാമു ഒരു പച്ച മാങ്ങ എറിഞ്ഞു വീഴ്ത്തിയിരുന്നു. നല്ല പുളിയുള്ള മാങ്ങ. ഞാൻ അതെടുത്തു. ഞങ്ങൾ അത് കഷ്ണങ്ങളാക്കി തിന്നാൻ തീരുമാനിച്ചു.

"ഉപ്പ് കൂട്ടിത്തിന്നുന്നതാണ് രസം." രാമു പറഞ്ഞു.

"ഉപ്പ് തിന്നാൽ വെള്ളം കുടിക്കും" ഞാൻ പറഞ്ഞു.

"കുടിച്ചോളാം" എന്ന് പറഞ്ഞ് അവൻ പോയി ഒരുപിടി ഉപ്പും ഒരു പാത്രത്തിൽ വെള്ളവും അത് പകർന്ന് കുടിക്കാൻ ഒരു ഗ്ലാസും കൊണ്ടുവന്നു.

അപ്പോൾ വരുന്നു ഞങ്ങളുടെ സ്കൂളിലെ ടീച്ചർ. ഗ്ലാസിലെ വെള്ളവും കോഴിമുട്ടയും കണ്ടപ്പോൾ ടീച്ചർക്കു രസമായി.

ഞാനൊരു സൂത്രം കാണിച്ചു തരാം എന്നു പറഞ്ഞ് അവർ ഗ്ലാസ്സിലേക്ക് വെള്ളം പകർന്നു. അതിൽ ആ കോഴിമുട്ട പതുക്കെ ഇട്ടു. അത് ഗ്ലാസിന്റെ അടിയിലേക്ക് താണുപോയി.

"ഒരു ഗ്ലാസ് കൂടി കൊണ്ടുവരൂ," ടീച്ചർ ആവശ്യപ്പെട്ടു.

ഓടിപ്പോയി ഞാൻ വേഗം ഗ്ലാസ് കൊണ്ടുവന്നു. ടീച്ചർ ആ ഗ്ലാസിലേക്ക് ഉപ്പ് മുഴുവൻ ഇട്ട്, വെള്ളം പകർന്ന് ഒരു കമ്പി എടുത്ത് ഇളക്കി. ഉപ്പ് വെള്ളത്തിലലിഞ്ഞുചേർന്നു.

"ഇപ്പോൾ ഉപ്പെല്ലാം എവിടെപ്പോയി ഒളിച്ചു?"

വെള്ളം ഉപ്പിനെ വിഴുങ്ങുന്നു

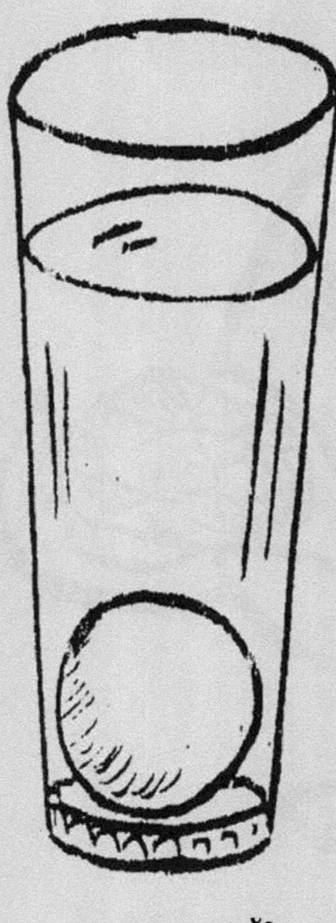

എന്തുകൊണ്ട്?

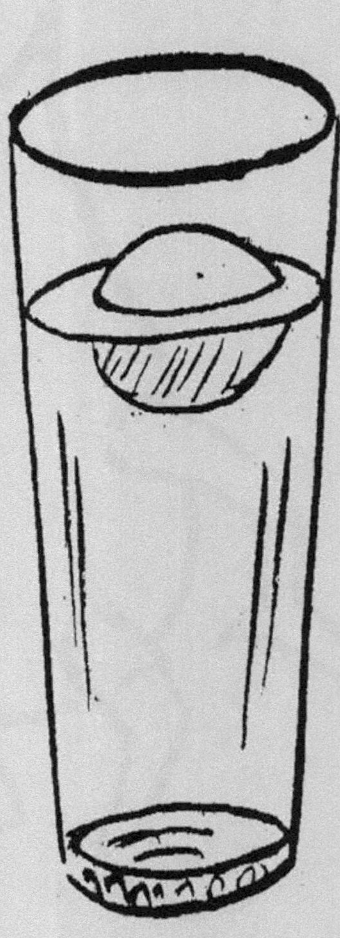

എന്തുകൊണ്ട്?

ടീച്ചർ ചിരിച്ചുകൊണ്ടു ചോദിച്ചു.

ഞങ്ങൾ പറഞ്ഞു:

"അറിഞ്ഞുകൂടാ ടീച്ചർ. പറഞ്ഞുതരൂ."

ടീച്ചർ പറഞ്ഞു:

"ഉപ്പിന്റെയും വെള്ളത്തിന്റെയും മറ്റെല്ലാ വസ്തുക്കളുടെയും ഏറ്റവും ചെറിയ അംശത്തിന്റെ പേരാണ് തന്മാത്ര അല്ലെങ്കിൽ മോളിക്യൂൾ. അനവധി തന്മാത്രകൾ ചേർന്നതാണ് വെള്ളം. തന്മാത്രകൾക്കിടയിൽ പഴുതുകളുണ്ട്. പോക്കറ്റ് മാതിരി. വെള്ളത്തിലെ ഈ പോക്കറ്റുകൾക്ക് ഉപ്പിന്റെ മോളിക്യൂളിനേക്കാൾ വലുപ്പമുണ്ട്. അതുകൊണ്ട് ഉപ്പ് കൊച്ചുകൊച്ചുതരികളായി വെള്ളത്തിന്റെ പോക്കറ്റുകളിൽ ചെന്നുപെടുന്നു, എന്നുവച്ചാൽ വെള്ളം ഉപ്പിനെ വിഴുങ്ങുന്നു. 71 -ാം പേജിലെ ചിത്രത്തിൽ ഇത് കാണാം. വെള്ളത്തിന്റെ ചെറിയ വായകൾ സൂക്ഷ്മദർശിനിയിൽക്കൂടി നോക്കിയാൽ പോലും കാണാൻ വിഷമമാണ്. അത്രത്തോളം ചെറുതാണവ.

"ഇനി മറ്റൊരു സൂത്രം കാണിച്ചുതരാം," ടീച്ചർ പറഞ്ഞു.

എന്നിട്ട് ആദ്യത്തെ ഗ്ലാസിലെ ശുദ്ധജലത്തിൽ മുങ്ങിക്കിടന്നിരുന്ന കോഴിമുട്ടയെടുത്ത് ഉപ്പുവെള്ളമുള്ള ഗ്ലാസിൽ ഇട്ടു. അത്ഭുതം! ശുദ്ധജലത്തിൽ താണുപോയ മുട്ട ഉപ്പുവെള്ളത്തിൽ പൊങ്ങിക്കിടക്കുന്നു!

ടീച്ചർ പറഞ്ഞുതന്നു: "ഉപ്പുവെള്ളത്തിന് ശുദ്ധജലത്തേക്കാൾ ഘനത്വം (സാന്ദ്രത) കൂടുതലാണ്. കാരണം ഉപ്പുവെള്ളത്തിൽ വെള്ളത്തിനുപുറമെ ഉപ്പുമുണ്ടല്ലോ. അതുകൊണ്ടാണ് കോഴിമുട്ട പൊന്തിക്കിടക്കുന്നത്." ഇടതു വശത്തെ ചിത്രത്തിൽ ഇത് കാണാം.

ഞാൻ അപേക്ഷിച്ചു. "ടീച്ചർ ഒരു സൂത്രം കൂടെ"

ടീച്ചർ എന്നോട് പറഞ്ഞു: "ശരി ഒരു ബ്ലെയ്ഡ് എടുത്തുകൊണ്ടു വരൂ. പഴയതായാലും മതി."

ഞാൻ ബ്ളെയ്ഡ് കൊണ്ടുവന്നു. ഒരു പഴയ ബ്ലെയ്ഡ്.

ടീച്ചർ ശുദ്ധജലം നിറച്ച ഗ്ലാസ് കൈയിൽ എടുത്തുകൊണ്ടു ചോദിച്ചു: "ഈ ബ്ലെയ്ഡു വെള്ളത്തിൽ ഇട്ടാൽ താണുപോകുമോ!"

ഞങ്ങൾ പറഞ്ഞു: "ബ്ലെയ്ഡ് ഉരുക്കുകൊണ്ട് ഉണ്ടാക്കിയതല്ലെ? അതുകൊണ്ട് താണുപോകും."

"എന്നാൽ നോക്കിക്കോളിൻ" എന്നുപറഞ്ഞുകൊണ്ട് ടീച്ചർ വെള്ളത്തിന്റെ മുകളിൽ ബ്ലെയ്ഡ് മലർന്നുകിടക്കത്തക്കവിധത്തിൽ പതുക്കെ വളരെ സൂക്ഷ്മതയോടെ വച്ചു. ഹായ്! ഉരുക്ക് ബ്ലെയ്ഡ് വെള്ളത്തിൽ പൊങ്ങിക്കിടക്കുന്നു! 74-ാം പേജ് നോക്കൂ.

ഞാൻ ചോദിച്ചു:

"ഉരുക്കിന് വെള്ളത്തേക്കാൾ ഭാരമുണ്ടല്ലോ ടീച്ചർ. എന്നിട്ട് എന്താണ് ബ്ലെയ്ഡ് താണുപോകാത്തത്?"

ടീച്ചർ പറഞ്ഞു:

"എല്ലാ ദ്രാവകങ്ങൾക്കും അവയുടെ ഉപരിതലവിസ്തീർണം കഴിയുന്നത്ര കുറവാകത്തക്കവണ്ണം സ്ഥിതിചെയ്യാനാണ് മോഹം. അതു

ജലോപരിതലത്തിൽ ബലങ്ങൾ 2

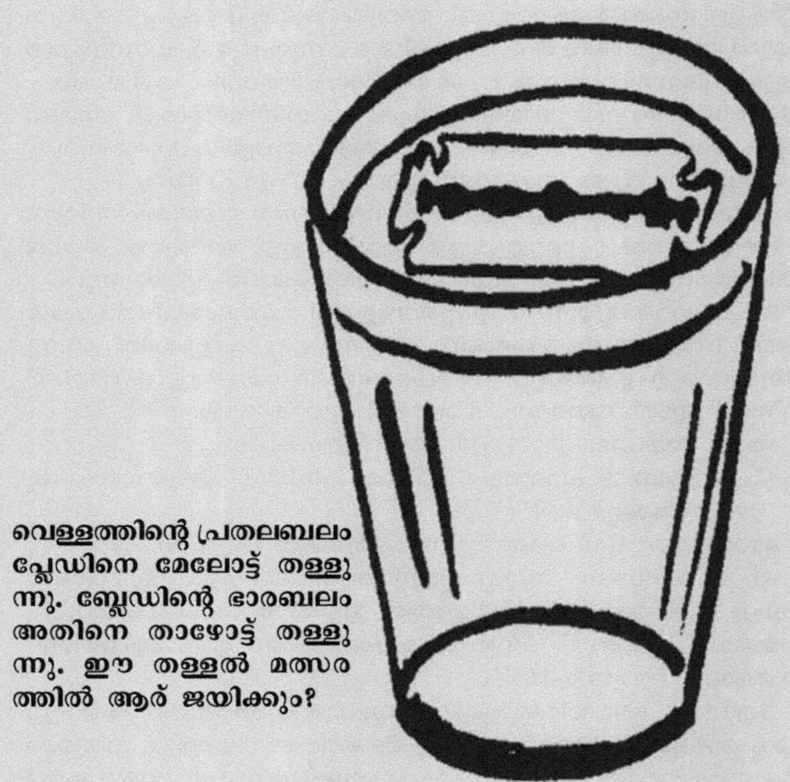

വെള്ളത്തിന്റെ പ്രതലബലം ബ്ലേഡിനെ മേലോട്ട് തള്ളുന്നു. ബ്ലേഡിന്റെ ഭാരബലം അതിനെ താഴോട്ട് തള്ളുന്നു. ഈ തള്ളൽ മത്സരത്തിൽ ആര് ജയിക്കും?

ഉരുക്കുബ്ലൈഡ് താഴ്ന്നു പോകേണ്ടതല്ലേ?
അത് പൊങ്ങിക്കിടക്കുന്നു എന്തുകൊണ്ട്?

കൊണ്ട് അവ സ്വയമേവ ചുരുങ്ങാൻ ശ്രമിച്ചുകൊണ്ടിരിക്കും. ഇതുകാരണം ദ്രാവകങ്ങളുടെ ഉപരിതലത്തിൽ ഒരു ബലം ജനിക്കുന്നു. ഇതിനെ പ്രതലബലം എന്നു പറയുന്നു. വെള്ളത്തിനുമുണ്ട് പ്രതലബലം. ഈ ബലം ഗ്ലാസിലെ വെള്ളത്തിന്റെ വായ്വട്ടം കുറയ്ക്കുവാൻ ശ്രമിക്കുന്നു. അപ്പോൾ ഉളവാകുന്ന ബലം - അതായത് വെള്ളത്തിന്റെ പ്രതലബലം ബ്ലേഡിനെ മേൽപ്പോട്ട് തള്ളുന്നു. ഒപ്പം ബ്ലേഡിന്റെ ഭാരം ഭാരബലം പ്രയോഗിക്കുന്നു. എവിടെ?

വെള്ളത്തിന്റെ ഉപരിതലത്തിൽ താഴോട്ട് ഉള്ള ദിശയിൽ.

അപ്പോൾ ജലോപരിതലത്തിൽ രണ്ട് ബലങ്ങൾ അന്യോന്യം എതിർക്കുന്നു. ആര് ജയിക്കും?

ശക്തി കൂടുതലുള്ള 'ശക്തിമാൻ' ജയിക്കും. ഇവിടെ പ്രതലബലാണ് ശക്തിമാൻ. അവൻ ജയിക്കുന്നു. അവന് ബ്ലേഡിനെ താങ്ങാൻ. കഴിയുന്നു. അതുകൊണ്ട് അത് വെള്ളത്തിൽ മുങ്ങാതെ പൊന്തിക്കിടക്കുന്നു.

ടീച്ചർ പോയപ്പോൾ ഇതെല്ലാം തന്നത്താൻ ചെയ്തുനോക്കണമെന്ന് അന്നേ ഞാൻ നിശ്ചയിച്ചതാണ്. ചെയ്യുകയും ചെയ്തു. ഈ ലഘുപരീക്ഷണങ്ങൾ നിങ്ങൾക്കും ചെയ്തു നോക്കാം. അതിന് കാക്കാശ് ചെലവില്ലല്ലോ. എന്നാൽ അറിവ് നേടുകയും ചെയ്യാം. അറിവാണ് ശക്തി. അറിവില്ലായ്മയോ? ആപത്തും അതാണ് അടുത്ത കഥയിൽ. അതു പറഞ്ഞതു ഞങ്ങളുടെ ഒരു കൂട്ടുകാരി. അവൾ പറഞ്ഞ കഥകൾ ഇനി തുടർന്ന് വായിക്കാം.

അറിവില്ലായ്മ

കഠിനമായ വേനൽക്കാലം. പൊള്ളുന്ന വെയിൽ, കിണറുകൾ എല്ലാം വറ്റിത്തുടങ്ങി. ഞങ്ങളുടെ വീട്ടിലെ കിണറിലെ വെള്ളം കലങ്ങി. കിണറിന്റെ ഒരരികിൽ അൽപ്പം കലക്ക് വെള്ളമേയുള്ളൂ. ഉള്ള വെള്ളം മുഴുവൻ ചളിയും ചീഞ്ഞഇലകളും കൊണ്ട് മലിനമാണ്. കലക്കുവെള്ളം കോരിവെച്ചിരിക്കുന്നത് കണ്ടുകൊണ്ടുവന്ന ടീച്ചർ അമ്മയോടു പറഞ്ഞു:

"ഈ വെള്ളം ഇതേപടി കുടിക്കാനും ഭക്ഷണം പാകം ചെയ്യാനും ഉപയോഗിക്കരുത് കേട്ടോ. ഉപയോഗിച്ചാൽ നിങ്ങളും കിടപ്പിലാവും. വയറിളക്കവും ഛർദിയും ചീത്തവെള്ളം വഴി പകരുന്നതാണ്. വളരെ സൂക്ഷിക്കണം. എത്ര ആളുകൾക്കാണെന്നോ ഈ രോഗം! ആശുപത്രി നിറഞ്ഞു. വരാന്തകളിലും രോഗികൾ." ഇങ്ങനെ ഒരാൾ പറയുന്നുണ്ടെന്ന ഭാവമേ ഇല്ല അമ്മയ്ക്ക്. മുഴുവൻ കേൾക്കാൻ നിൽക്കാതെ അമ്മ അകത്തേക്ക് പോയി.

ടീച്ചർ എന്നോട് അടിഭാഗം ഓട്ടയായ ഒരു പാത്രം കൊണ്ടുവരാൻ പറഞ്ഞു. ഞാൻ ഒരു ഓട്ടക്കലം തേച്ച് വൃത്തിയാക്കി കൊണ്ടുവന്നു. ടീച്ചറും ഉണ്ണിയും കൂടി ഒരു കുട്ടയിൽ കുറെ ചരൽ ശേഖരിച്ചുകൊണ്ടു വന്നു. മറ്റൊന്നിൽ കുറെ മണലും. കലത്തിന്റെ അടിയിൽ ആദ്യം മണലിട്ടു. അതിന്റെ മുകളിൽ ചരലും. രണ്ടും കൂടി ആയപ്പോൾ കലത്തിന്റെ പകുതി നിറഞ്ഞു.

ഈ കലം വൃത്തിയാക്കിയ ഒരു അലുമിനിയപാത്രത്തിന്റെ മുകളിൽ വച്ചു. എന്നിട്ട് കലങ്ങിയ വെള്ളം കലത്തിലെ ചരലിൽ കുറേശ്ശയായി ഒഴിച്ചു. ചരലിൽ വീണ വെള്ളം മണലിൽക്കൂടി അരിച്ചിറങ്ങി കലത്തിന്റെ അടിയിലുള്ള ഓട്ടയിൽക്കൂടി ചോർന്ന് അലുമിനിയപാത്രത്തിൽ വീണു തുടങ്ങി. കുറച്ചുകഴിഞ്ഞ് നോക്കിയപ്പോൾ അലുമിനിയപാത്രത്തിലെ വെള്ളത്തിന് കലക്കമില്ല, കളറില്ല.

സൂക്ഷിക്കണം

ഒളിച്ചുനിന്നാൽ
രക്ഷപ്പെടുമോ?

ടീച്ചർ പറഞ്ഞു:

“ഇത് കുടിക്കാൻ തക്കവണ്ണം ശുദ്ധമല്ല. ഇത് അരമണിക്കൂർ തിളപ്പിക്കണം. എന്നിട്ടേ കുടിക്കാവൂ.”

പോകുമ്പോൾ അമ്മയെ വിളിച്ച് ടീച്ചർ പറഞ്ഞു:

“ഇന്ന് സ്കൂളിൽ കുത്തിവയ്ക്കാൻ ആൾ വരുന്നുണ്ട്. നിങ്ങൾ എല്ലാവരും കുത്തിവയ്ക്കണം. ഈയിടെ എല്ലാവരും അഴക്കു വെള്ളമല്ലെ കുടിച്ചത്?” ടീച്ചറുടെ ചോദ്യം അമ്മയ്ക്ക് അത് തീരെ പിടിച്ചില്ല.

“കുട്ടികൾക്ക് കുത്തിവെച്ചാൽ പനിക്കും. പനിച്ചു കിടന്നാൽ എനിക്കല്ലെ കഷ്ടപ്പാട്?” അമ്മ പിറുപിറുത്തു.

വെള്ളം അരിച്ചെടുക്കാനും തിളപ്പിക്കാനുമൊന്നും അമ്മ തയാറായതുമില്ല.

അന്ന് വൈകുന്നേരം കുത്തിവയ്പുകാർ വന്നു. അമ്മ മനസില്ലാമനസോടെ കുത്തിവെപ്പിച്ചു. പുറത്തേക്ക് ചെന്നതുകൊണ്ട് എന്നെയും കുത്തി വെച്ചു.

കുത്തിവയ്പുകാരനെക്കണ്ട രാമു അകത്തെവിടെയോ ഒളിച്ചിരുന്നു. അന്ന് രാത്രി എനിക്ക് കുറേശ്ശേ പനിച്ചു. അമ്മയും അനുജനും എന്നെ കുറ്റപ്പെടുത്തിയെങ്കിലും എനിക്ക് വിഷമമൊന്നും തോന്നിയില്ല. പക്ഷേ പിറ്റേന്ന് ഞങ്ങളെ വളരെയേറെ വിഷമിപ്പിച്ച ഒരു സംഭവമുണ്ടായി. വെളുപ്പാൻ കാലമായപ്പോൾ അനുജന് കഠിനമായ വയറിളക്കവും ഛർദിയും തുടങ്ങി. അച്ഛൻ അപ്പോൾത്തന്നെ അവനെ ആശുപത്രിയിലേക്ക് കൊണ്ടു

ആസ്പത്രിയിലേക്ക്

(അനുജന് രോഗം കലശലായപ്പോൾ)

അമ്മ ഉറക്കമിളച്ചിരുന്ന് കഷ്ടപ്പെട്ടു.
അറിവില്ലായ്മയുടെ ഫലം.

പോയി. കരഞ്ഞുകൊണ്ട് അമ്മയും കൂടെപ്പോയി.

വൈകുന്നേരം കേട്ടു, തൊട്ടടുത്ത വീട്ടിലെ കാളിത്തള്ള ആശുപത്രിയിൽ വച്ച് ഇതേസുഖക്കേടുകൊണ്ട് മരിച്ചുവെന്ന്. ഞങ്ങളുടെ എല്ലാമായിരുന്ന കാളിത്തള്ള; ഞങ്ങൾക്ക് കഥ പറഞ്ഞുതരാറുള്ള തള്ള; പാട്ടു പാടിത്തരാറുള്ള തള്ള; ഞങ്ങളോടൊത്ത് കളിയും ചിരിയുമായി കഴിയാറുള്ള തള്ള.

"ഈശ്വരാ, എന്റെ അനുജനെയെങ്കിലും രക്ഷിക്കണേ!" ഞാൻ മനം നൊന്തു പ്രാർഥിച്ചു.

അനുജന് മൂന്ന്, നാല് ദിവസത്തേക്ക് രോഗം വളരെ കലശലായിരുന്നു. കുത്തിവെച്ചാൽ പനിക്കും, തനിക്കു ജോലിയാവും എന്ന് പിറുപിറുത്ത അമ്മ രാത്രിയും പകലും ആശുപത്രിയിൽ ഉറക്കമിളച്ചിരുന്ന് കഷ്ടപ്പെട്ടു. അറിവില്ലായ്മയുടെ ഫലം അനുഭവിക്കുകതന്നെ.

ദുഃഖവും ഭയവും ആശങ്കയും നിറഞ്ഞ ദിവസങ്ങൾ കടന്നുപോയി. ഒടുവിൽ അനുജന് സുഖമായിത്തുടങ്ങിയെന്നറിഞ്ഞ ദിവസം ഹായ്! ഞങ്ങൾക്ക് എന്തൊരു ആശ്വാസമായിരുന്നു! അനുജനെ തിരിച്ച് വീട്ടിൽ കൊണ്ടുവന്ന ദിവസം ഞാൻ ആഹ്ലാദംകൊണ്ട് തുള്ളിച്ചാടി നടന്നു. കളിയും ചിരിയുമായി ഞങ്ങൾ രസിച്ചു.

അന്ന് വൈകുന്നേരം ഉണ്ണിയെ കാണാൻ വന്ന ടീച്ചർ അമ്മയുടെ കൈക്ക് പിടിച്ചുകൊണ്ട് ഇങ്ങനെ പറഞ്ഞു: "ഇത് ഒരു പാഠമായിരിക്കട്ടെ. ഇനിയും വേനൽക്കാലം വരും. ശരീരത്തിലെ വെള്ളം വിയർപ്പായി നഷ്ടപ്പെടുമ്പോൾ ആർക്കും ദാഹിക്കും. കുട്ടികൾക്ക് പ്രത്യേകിച്ചും ദാഹം തോന്നും. അപ്പോൾ കിണറ്റിലെ കലക്കുവെള്ളം അവർക്ക് കൊടുക്കരുത്. വെള്ളം ശുദ്ധീകരിച്ച് ഉപയോഗിക്കണം. കുട്ടികളെ കുത്തിവയ്പിക്കണം."

"ഇത്തവണ രാമു രക്ഷപ്പെട്ടു. ഇനി അറിവില്ലായ്മകൊണ്ട് ആപത്തുണ്ടാക്കരുത്."

നിറഞ്ഞ കണ്ണുകളോടെ അമ്മ അനുജന്റെ ശിരസിൽ തലോടി.

ജിജ്ഞാസ

ഒരു ഒഴിവുദിവസം. പെരുമഴ പെയ്തുതോർന്ന നേരം. ഒരുപാട് വെള്ളത്തുള്ളികൾ അന്യോന്യം ചേർന്ന് തൊട്ടുരുമ്മി ആർത്തു ചിരിച്ച് ആഹ്ലാദിച്ച് ഒഴുകിവരുന്നു. മാനത്തുനിന്ന് മുറ്റത്ത് വീണവയാണ് ആ വെള്ളത്തുള്ളികൾ. മുറ്റത്ത് വെച്ചാണ് അവർ തമ്മിൽ ചേർന്നത്.

പലതുള്ളി കൂടിയാൽ പെരുവെള്ളം. ആ പെരുവെള്ളമാണ് ഒഴുകി വരുന്നത്. ഞാൻ ആ ഒഴുക്ക് നോക്കിനിന്നു.

നോക്കിനിൽക്കേ, ഒരു സംശയം

എന്താണ് ഈ വെള്ളത്തുള്ളികളെല്ലാം എന്നെ കണ്ടിട്ടും കണ്ടി ല്ലെന്ന മട്ടിൽ ഒഴുകി മറയുന്നത്?

"നിങ്ങൾക്കെല്ലാം പിണക്കമാണോ? എന്തിനാണ് പിണക്കം? എന്താ ണിത്ര ധൃതി?" ഞാൻ ഒരു വെള്ളത്തുള്ളിയെ ഉള്ളംകൈയിലെടുത്തു താലോലിച്ചുകൊണ്ടു ചോദിച്ചു.

"ഒഴുക്കിൽ പെട്ടതുകൊണ്ടാണോ പോകാനുള്ള ഈ വെപ്രാളം?"

ആ വെള്ളത്തുള്ളി എന്നോട് മന്ത്രിച്ചു:

"കുട്ടിക്ക് വെള്ളത്തിന്റെ പ്രകൃതം അറിയില്ല. അതാണ് ഈ പരി ഭവം."

"എന്താ പ്രകൃതം ചങ്ങാതീ? എന്നോട് പറയൂ കേൾക്കട്ടെ."

"ഒരു ചാൻസ് കിട്ടിയാൽ ഉയർന്ന സ്ഥലങ്ങളിൽ നിന്ന് താഴ്ന്നസ്ഥ ലങ്ങളിലേക്ക് ഒഴുകുക, അതാണ് വെള്ളത്തിന്റെ പ്രകൃതം."

"അത് ശരി," ഞാൻ വിചാരിച്ചു. എന്നിട്ട് മുറ്റത്തേക്ക് നോക്കി. ചുറ്റു പാടും ഉള്ള പറമ്പിനേക്കാൾ ഉയർന്നതാണ് മുറ്റം. അതുകൊണ്ട് മുറ്റത്തെ വെള്ളം പറമ്പിലേക്ക് യഥേഷ്ടം ഒഴുകുന്നു.

വരുന്നു ഒരുപാട് വെള്ളം

"എന്താണ് ചാൻസ് കിട്ടിയാൽ എന്ന് പറഞ്ഞത്?" ഞാൻ വെള്ളത്തുള്ളിയോടു ചോദിച്ചു.

വെള്ളത്തുള്ളി പുഞ്ചിരിയോടെ പറഞ്ഞു: "ചിലപ്പോൾ ഞങ്ങൾക്ക് ഒഴുകുവാൻ പറ്റില്ല. ഒഴുക്കിന് തടസം പലതാവാം. ഉദാഹരണത്തിന് കുട്ടിയുടെ തലയിൽ വെള്ളം നിറച്ച ഒരു കൊച്ചു പാത്രം വയ്ക്കുന്നുവെന്നിരിക്കട്ടെ. ഉയരത്തിലാണെങ്കിലും പാത്രത്തിലെ വെള്ളം നിലത്തേക്ക് ഒഴുകില്ല. കാരണം പാത്രം വെള്ളത്തെ തടഞ്ഞു നിർത്തുന്നു. ഈ സ്ഥിതിയിൽ വെള്ളത്തിന് ഒഴുകുവാനുള്ള ചാൻസില്ല.

കുട്ടി ചിറകെട്ടുന്നു

"വെള്ളത്തിന്റെ ഒഴുക്കിനെ തടഞ്ഞാൽ അത് ഒരിടത്ത് ശേഖരിക്കപ്പെടും. പാത്രങ്ങളിൽ നിറച്ചു വെച്ചും അരുവികളിൽ ചിറകെട്ടിയും പുഴകളിലും നദികളിലും അണക്കെട്ടുകൾ നിർമിച്ചും മനുഷ്യർ വെള്ളത്തെ ശേഖരിക്കുന്നു."

ഇതു കേട്ടപ്പോൾ എനിക്കൊരു മോഹം. മുറ്റത്ത് നിന്നും വെള്ളം പറമ്പിലേക്ക് ഒഴുകുന്നത് ചെറിയൊരു ചാലിലൂടെയാണ്. ഈ ചാലിൽ മണ്ണ് വാരിയിട്ട്. മഴവെള്ളത്തിന്റെ ഒഴുക്ക് കുറച്ചാലോ? ചിറകെട്ടി ഈ മഴവെള്ളം ശേഖരിച്ച് നിർത്തിയാലോ? ഞാൻ വല്ലാതെ കൊതിച്ചു.

ഞാൻ മണ്ണു വാരാൻ കുമ്പിട്ടപ്പോൾ ഉള്ളം കൈയിലെ വെള്ളത്തുള്ളി ഭൂമിയിൽ വീണു. അത് പിടഞ്ഞുകൊണ്ട് ഭൂമിയിൽ താണുപോയി. ചിറകെട്ടാനുള്ള ആവേശത്തിൽ ഞാൻ ആ വെള്ളത്തുള്ളിയെ ശ്രദ്ധിച്ചില്ല.

വെള്ളം ഒഴുകുന്ന ചാലിൽ ഞാൻ ചിരട്ടകൊണ്ട് മണ്ണ് വാരിയിട്ട് നികത്തി. ഒഴുകിവരുന്ന അനേകായിരം വെള്ളത്തുള്ളികൾ ഗതിമുട്ടി നിന്നു. വെള്ളം വീറോടെ ഉയർന്നു. വീറോടെ ഉയരുന്തോറും ഞാൻ കൂടുതൽ മണ്ണ് കോരിയിട്ട് ചിറ ഉയർത്തി ബലപ്പെടുത്തി.

പിന്നെയും വെള്ളം ഉയർന്നു. ഒരു മത്സരമാണിവിടെ. ചിറ പൊട്ടിച്ച് തകർത്ത് മുന്നോട്ട് കുതിക്കുവാൻ ബലാൽശ്രമിക്കുന്ന വെള്ളത്തുള്ളികൾ ഒരു ഭാഗത്ത്, അവയെ തടഞ്ഞു നിർത്തുന്ന ചിറ മറുഭാഗത്ത്; തമ്മിൽ ബലാബലം പരീക്ഷിക്കുകയാണ്. ഉഗ്ര മത്സരം ഈ ബല പരീക്ഷണം!

ഞാൻ ആ ബലപരീക്ഷ കണ്ടുനിൽക്കവേ ടീച്ചർ പടി കടന്നു വരുന്നു.

ചിറയുടെ നനഞ്ഞ മേൽഭാഗം വെള്ളത്തുള്ളികൾ ചേർന്ന് തകർക്കുന്ന ലക്ഷണം കണ്ടുതുടങ്ങി. ഇതാ, ഇതാ

വെള്ളത്തുള്ളികൾ ചിറ പൊട്ടിക്കുന്നു.

"കെട്ടി നിൽക്കുന്ന വെള്ളത്തിന് ശക്തിയുണ്ട്." ടീച്ചർ പറഞ്ഞു.

"ചിറയുടെ ഏതു ഭാഗത്താണ് ഏറ്റവും കൂടുതൽ ശക്തി?" ടീച്ചർ ചോദിച്ചു.

"എനിക്കറിയില്ല." ഞാൻ പറഞ്ഞു.

"ചിറയുടെ അടിഭാഗത്ത്" ടീച്ചർ പറഞ്ഞു.

"അതുകൊണ്ട് വെള്ളം തടഞ്ഞു നിർത്താൻ ചിറകെട്ടുമ്പോൾ അതിന്റെ അടിഭാഗത്ത് കൂടുതൽ വണ്ണം വേണം. വലിയ ചിറകളാണ് അണക്കെട്ടുകൾ. സൂക്ഷിച്ച് നോക്കിയാൽ ഇത് ബോധ്യമാകും. അണക്കെട്ടിന്റെ അടിത്തറ കൂടുതൽ വണ്ണത്തിൽ പണിതുയർത്തും. മേൽപ്പോട്ട് ഉയരുന്തോറും അതിന്റെ വണ്ണം കുറയുന്നതു കാണാം."

ഞാൻ കെട്ടിയ ചിറ മുറിച്ച് വെള്ളത്തുള്ളികൾ പാഞ്ഞൊഴുകി.

പൊട്ടിപ്പോയ അണക്കെട്ട്

അണക്കെട്ടിന്റെ അടിഭാഗത്താണ്
കൂടുതൽ വണ്ണം

വെള്ളത്തിന്റെ ശക്തിയെ നേരിടാൻ ഞാൻ കെട്ടിയ ചിറയ്ക്ക് കെൽപ്പില്ല. ഒരു ദിവസം ഉറപ്പുള്ള ഒരു ചിറപണിയണം. കല്ലും സിമന്റും കൊണ്ട് അത് കെട്ടിപ്പൊക്കണം. വെള്ളത്തിന്റെ ശക്തി മനസിലായല്ലോ.

കുന്നുകൾക്കിടയ്ക്ക് അണകെട്ട് കെട്ടാം

യാത്ര

ഇടവപ്പാതിക്കാലം. സമയം സന്ധ്യ. കാർമേഘാവൃതമായ അന്തരീക്ഷം. തോരാത്ത മഴ. ഈ മഴയത്താണ് അവൻ ജനിച്ചത്. എവിടെയാണെന്നോ? വൻമരങ്ങളും വന്യമൃഗങ്ങളും കാട്ടുപൊന്തകളും മലമ്പാമ്പുകളും വളരുന്ന ഒരു വനാന്തരത്തിൽ. എന്നിട്ടും അവന് ഒട്ടും പേടി തോന്നിയില്ല. എന്തിനാണ് ഭയം? അവനെപ്പോലെ നിമിഷം പ്രതി അനേകായിരങ്ങൾ മാനത്തുനിന്നും അവിടെ വന്നുവീഴുന്നുണ്ടായിരുന്നു. നെല്ലിക്ക വലിപ്പത്തിലുള്ള വെള്ളത്തുള്ളികൾ.

അവരെല്ലാം ഒന്നിച്ചു ചേർന്നു. പക്ഷേ നിൽക്കാൻ പറ്റിയതല്ല അവിടത്തെ ഭൂപ്രകൃതി. കിഴുക്കാംതൂക്കാണ് ഭൂതലം. അതുകൊണ്ട് അവർ മുമ്പിൽക്കണ്ട കുത്തനെയുള്ള വഴിയിൽക്കൂടി കലമ്പൽ കൂട്ടി ഒഴുകി.

ആ ഒഴുക്കിന് മനുഷ്യർ മലഞ്ചോല എന്ന് പേരിട്ടു.

അനേകം മലഞ്ചോലകൾ ചേർന്നപ്പോൾ നദിയായി. എന്തൊരു ഗാംഭീര്യമാണ് നദിക്ക്! അരക്കിലോമീറ്റർ വീതിയുണ്ട്. നാലാളിന്റെ ആഴം. ഇരുണ്ട മുഖം. ഭീകരമായ ഭാവം. കാട്ടാനയെപ്പോലെ ചിന്നം വിളിച്ച് കലങ്ങി മറിഞ്ഞ് ഓടി ഒഴുകുന്നു. ഒഴുക്കിന് നല്ല ശക്തി, വിരൽ വച്ചാൽ മുറിഞ്ഞുപോകും.

തോരാത്ത മഴയല്ലേ? നദി നിറഞ്ഞു കവിഞ്ഞൊഴുകി. ആ ഒഴുക്കിന്റെ ഒരണുവായി അവനും നീങ്ങി കുതികുതിച്ചു.

"എവിടുന്ന് വരുന്നു?" വഴിക്ക് വെച്ച് ഓരം ചേർന്ന് നിൽക്കുന്ന വൃദ്ധനായ ആൽമരം അവനോടു ചോദിച്ചു.

"കടലിൽ നിന്ന്."

"എപ്പോൾ പുറപ്പെട്ടു?"

"ഏതാനും ദിവസങ്ങൾക്കു മുമ്പ്."

എവിടുന്ന് വരുന്നു?
ആൽമരം ചോദിക്കുന്നു!
"കടലിൽ നിന്ന്" ഈ മറുപടി ആരുടെ?

"എങ്ങനെ ഇവിടെ എത്തി?"

അവൻ പറഞ്ഞു:

"ആദ്യം ഉച്ചവെയിലേറ്റ് ആവിയായി മേൽപ്പോട്ടു ഉയർന്നു. ആ നീരാവി രാത്രിയായപ്പോൾ നീരാവി തണുത്തു. അതിൽ ജലശീകരങ്ങൾ പൊടിഞ്ഞു. അങ്ങനെ കാർമേഘമായി നിൽക്കുമ്പോൾ കാറ്റ് കൂടെകൂട്ടിക്കൊണ്ടു പോയി. ഒടുവിൽ ഈ വനാന്തരത്തിനു മേലെയുള്ള ആകാശത്ത് വന്നുപെട്ടു. പിന്നെ മഴയായി ഭൂതലത്തിൽ വീണു. ഒഴുക്കിന്റെ ഒരു തുള്ളിയായി ഒഴുകി. ഒടുവിൽ ഇവിടെ എത്തിച്ചേർന്നു. നാം തമ്മിൽ കാണാനിടയായി."

"ഇനി എങ്ങോട്ടാ യാത്ര?"

"കടലിലേക്ക് തന്നെ."

"അടുത്ത കൊല്ലം മഴക്കാലത്ത് വീണ്ടും വരും അല്ലേ?"

"വരും."

"അപ്പോഴേയ്ക്കും ഒരുപക്ഷേ ഞാൻ കടപുഴകി വീണിരിക്കും. ഇല്ലെങ്കിൽ നമുക്ക് കാണാം. പോയ് വരൂ."

ഇത്രയും കേൾക്കാനേ അവന് കഴിഞ്ഞുള്ളൂ. അപ്പോഴേക്കും പിന്നിൽ നിന്ന് കൂട്ടുകാർ തള്ളിനീക്കി. അവൻ പിന്നേയും ഒഴുകി നീങ്ങി.

പെട്ടെന്ന് ഒഴുക്കിന്റെ വേഗം കുറഞ്ഞു. അവന്റെ കുതിപ്പുനിന്നു. ഇറക്കത്തിലൂടെ ഓടിവരുന്ന കുട്ടി ഇടയ്ക്ക് പെട്ടെന്ന് നിന്നാലെന്നപോലെ കുലുങ്ങി മുന്നോട്ട് ആഞ്ഞുനിന്നു.

അവൻ തലയുർത്തി ചുറ്റുപാടും നോക്കി.

ഏതാണ് സ്ഥലം?

ഇടത്തും വലത്തും ഉയർന്നുനിൽക്കുന്ന രണ്ട് മലകൾ. അവയ്ക്കിടയിലെ ഒരു തടാകമായി മാറുന്നു നദി. ഇതെന്തു കഥ! എന്താണ് മുമ്പിൽ ഒഴുക്കിന് തടസം? അവൻ മുന്നോട്ടുനോക്കി. ഓഹോ, കാര്യം മനസിലായി, ഇതാ കാണുന്നു വണ്ണംകൂടിയ കരിങ്കൽനെറ്റി. അണക്കെട്ടിന്റെ ശിരസ്സാണത്. ശിരസ്സിലുടനീളം കത്തി നിൽക്കുന്നു അനേകം വൈദ്യുത വിളക്കുകൾ.

പരിസരഭംഗി ഇഷ്ടമായി. പക്ഷേ നിൽക്കാൻ നേരമില്ല. വേഗം എത്തേണ്ടിടത്ത് എത്തണം.

അണക്കെട്ടിന്റെ കവാടം തുറക്കുന്ന തക്കം നോക്കി അവൻ നിന്നു.

ഇതാ ഒരു ശബ്ദം. കവാടം തുറന്നതാണ്. അവൻ പുറത്തേക്ക് കുതിച്ചു. അവൻ കുതിച്ചു എന്നു പറഞ്ഞാൽ ശരിയല്ല. അവനെ പുറത്തേക്ക് തള്ളിയതാണ്. ആര്? അണക്കെട്ടിൽ കെട്ടിനിൽക്കുന്ന വെള്ളത്തിന്റെ മർദം.

ഇതാ കണ്ടോ, അത്ഭുതം. അവൻ വന്നുവീണിരിക്കുന്നത് ഒരു ഗുഹയിലാണ്. ഇതിൽക്കൂടി വേണം ഇനി ബാക്കി യാത്ര.

പാറ തുരന്നുണ്ടാക്കിയതാണ് ഗുഹ. എത്രയെത്ര മനുഷ്യർ ഇതിനു വേണ്ടി അധ്വാനിച്ചിരിക്കണം.

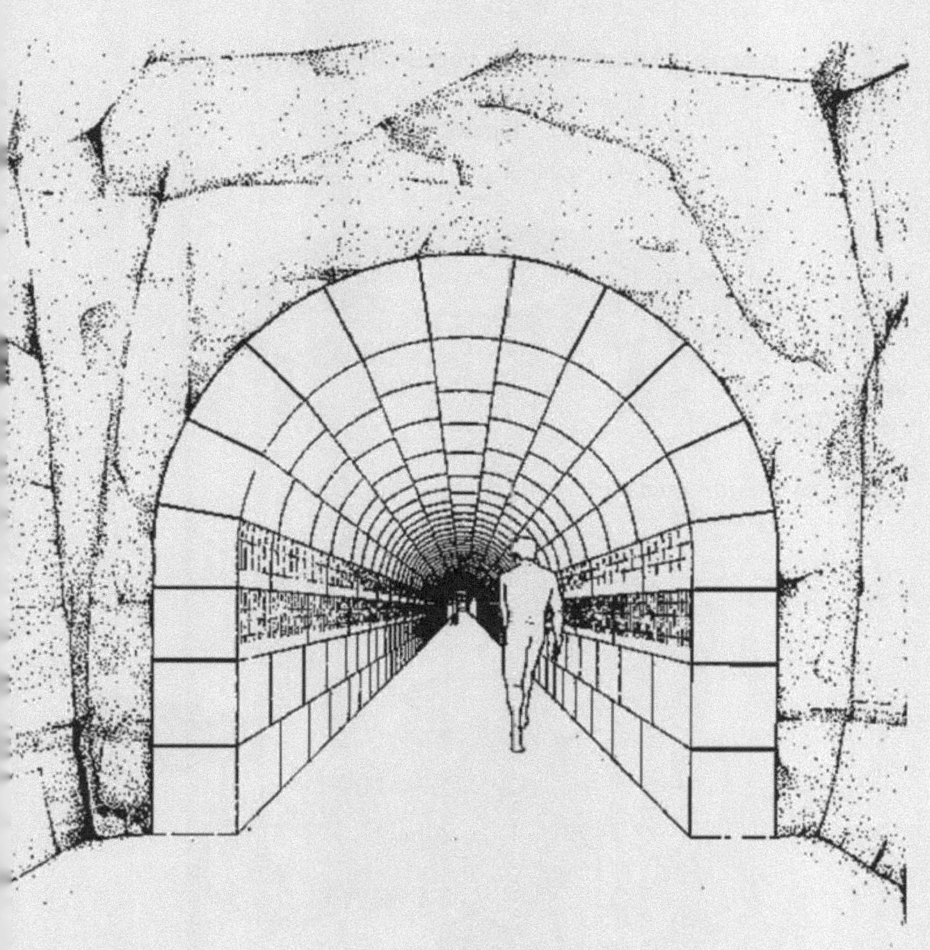

പാറ തുരന്നുണ്ടാക്കിയ ഗുഹ

ഗുഹയുടെ ഉൾഭാഗം ഉരുക്ക് പലകകൾകൊണ്ട് പൊതിഞ്ഞിരിക്കുന്നു. ഗുഹയുടെ അവസാനം തുരങ്കം.
തുരങ്കത്തിന്റെ അവസാനം വൻപൈപ്പ്.

വൈദ്യുതോൽപ്പാദന ശാലയിലെ യന്ത്രാവലി

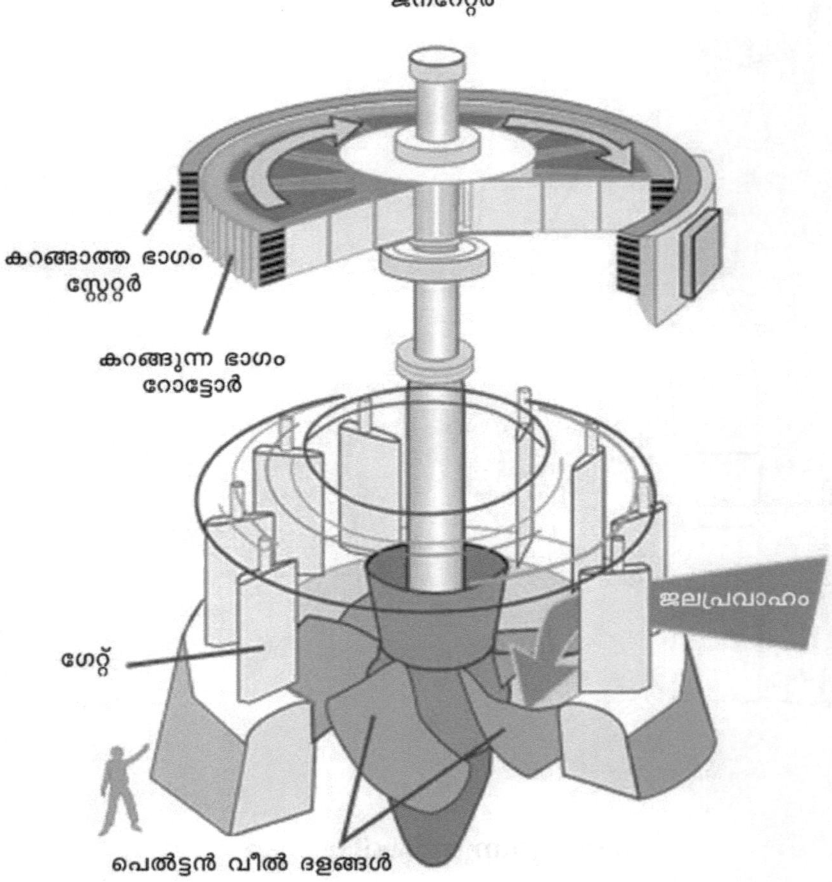

വെള്ളത്തിന്റെ തള്ളലേറ്റ് പെൽട്ടൺ വീൽ കറങ്ങുന്നു. ഒപ്പം റോട്ടോർ തിരിയും. സ്റ്റേറ്ററിൽ കറന്റുണ്ടാവും.

ഗുഹയുടെ ഉൾഭാഗം അവൻ സൂക്ഷിച്ചുനോക്കി. കണ്ടോ! ഗുഹയുടെ ഉൾഭാഗം ആകമാനം ഉരുക്കുപലകകൾ കൊണ്ട് പൊതിഞ്ഞിരിക്കുന്നു. പാറ ഇളകി ഗുഹ ഇടിയാതിരിക്കാനാവും. ഓരോ ഉരുക്ക് പലകയും സിമന്റ് കോൺക്രീറ്റിലാണ് പാകിയിരിക്കുന്നത്.

ഗുഹയിൽക്കൂടി രണ്ട് കിലോമീറ്ററോളം പോയി. അപ്പോൾ ഗുഹ ആറ് തുരങ്കങ്ങളായി പിരിഞ്ഞു. അതിലൊരു തുരങ്കത്തിൽ കൂടിയായി അവന്റെ ഒഴുക്ക്.

തുരങ്കത്തിന്റെ പണി കാണേണ്ടതാണ്. രണ്ട് അരികുവശങ്ങളിലും മേൽഭാഗത്തും വണ്ണം കൂടിയ ഇരുമ്പ് കമ്പികൾ, സിമന്റ്-കോൺക്രീറ്റിൽ പാകിയിരിക്കുന്നു. ചെറിയ കമ്പികൾ കെട്ടുപിണച്ച് വല നെയ്ത് വലിയ കമ്പികൾക്ക് താഴെ ഉറപ്പിച്ചിട്ടുമുണ്ട്. ഇവയും കോൺക്രീറ്റിൽ പാകിയിരിക്കുന്നു. തുരങ്കം ബലപ്പെടുത്തുന്നതിനാണിത്. മനുഷ്യന്റെ ബുദ്ധിശക്തി! പ്രയത്ന ശക്തി! അവൻ അത്ഭുതപ്പെട്ടു.

തുരങ്കത്തിന്റെ അവസാനം വായവട്ടം കൂടിയ ഒരു പൈപ്പുണ്ട്. പൈപ്പിൽക്കൂടിയുള്ള ഒഴുക്കിന് എന്തൊരു വേഗം! ഓട്ടം തന്നെയാണത്. അത്രയ്ക്ക് ഊക്കുണ്ട് ഒഴുക്കിന്.

പൈപ്പിന്റെ അവസാനം ഭൂമിക്കടിയിൽ പണിതീർത്ത വൈദ്യുതോൽപ്പാദനശാലയിലാണ്. അവിടെ നിരവധി വൈദ്യുതയന്ത്രങ്ങളും സാമഗ്രികളും ക്രമീകരിച്ചിരിക്കുന്നു. അതിലൊന്നാണ് ഒരു പടുകൂറ്റൻ പെൽട്ടൺ ചക്രം.

പെൽട്ടൺചക്രത്തിന് ചുറ്റും ഉരുക്കിന്റെ അത്ര ഉറപ്പും ബലവും ഉള്ള കൈകളുണ്ട്. ഇവയ്ക്ക് ദളങ്ങൾ എന്നാണ് പേർ.

താണ നിലത്തേ നീരോടൂ എന്നൊരു പഴഞ്ചൊല്ലുണ്ട്. ഉയർന്ന സ്ഥലത്തുനിന്നും താണസ്ഥലത്തേക്ക് ഒഴുകുവാനുള്ള വെള്ളത്തിന്റെ പ്രവണതയെയാണ് ഇത് സൂചിപ്പിക്കുന്നത്. ഈ പ്രവണതയ്ക്ക് പ്രേരണ സ്ഥിതികോർജം (പൊട്ടെൻഷ്യൽ എനർജി) ആണ്. ഒരു വസ്തു ഉയർന്ന സ്ഥലത്ത് സ്ഥിതിചെയ്യുന്നതുകൊണ്ട് കിട്ടുന്ന ഊർജമാണ് സ്ഥിതികോർജം. സ്ഥാനനിലയുടെ വില! ജലം സ്ഥിതിചെയ്യുന്ന സ്ഥാനത്തിന്റെ ഉയരം വർധിക്കുന്നതിനനുസരിച്ച് സ്ഥിതികോർജത്തിന്റെ അളവും കൂടും. എഴുപത്തഞ്ച് മീറ്റർ ഉയരത്തിലുള്ള ഒരു കിലോഗ്രാം വെള്ളത്തിന് ഒരു കുതിരശക്തിക്കു തുല്യമായ ശക്തിപ്രയോഗിക്കുവാൻ കഴിയും.

അണക്കെട്ട് എത്രയോ ഉയരത്തിലാണ്! എത്ര താഴെയാണ് പെൽട്ടൺചക്രം. അപ്പോൾ അണക്കെട്ടിൽ നിന്ന് പെൽട്ടൺ ചക്രത്തിൽ പതിക്കുന്ന ഓരോ തുള്ളിവെള്ളവും ശക്തിവാഹിനിയാണ്, വൻശക്തിവാഹിനി.

ഞാനടക്കമുള്ള ശക്തിവാഹിനികളാണ് പെൽട്ടൺ ചക്രത്തിന്റെ ദളങ്ങളിൽ ബലം പ്രയോഗിച്ച് അവയെ മുന്നോട്ട് തള്ളുന്നത്. ഓരോ തുള്ളിവെള്ളവും ദളങ്ങളിൽ പതിക്കുമ്പോൾ അവയെ മുന്നോട്ട് തള്ളുന്നു. ഈ

കറണ്ടെടുത്ത
വെള്ളമാണല്ലേ?
പിള്ളക്കനാലിലൂടെ ഒഴുകിയൊഴുകി
വയലിലെത്തിയപ്പോൾ ഒരു ചോദ്യവു ഒരുത്തരവും.
കറണ്ടെടുത്താൽ
വെള്ളത്തിനെന്തു മാറ്റം?
വലിച്ചു കുടിച്ചോളൂ.

തള്ളൽകൊണ്ട് ദളങ്ങൾ ചലിക്കും. ചക്രം തിരിയും. ഒപ്പം ചക്രത്തോട് ഘടിപ്പിച്ചിട്ടുള്ള ജനറേറ്ററും.

വൈദ്യുതോൽപ്പാദനയന്ത്രമാണ് ജനറേറ്റർ അഥവാ ജനിത്രം. അതിനുള്ളിൽ ചെമ്പ് കമ്പിയുണ്ട്. കാന്തമുണ്ട്. ജനിത്രം തിരിയുമ്പോൾ കാന്തം ചലിക്കും. തന്നിമിത്തം കമ്പിയിൽ കറണ്ട് ഉണ്ടാകും. ഈ കറണ്ടാണ് നിങ്ങൾക്കു വീട്ടിൽ വിളക്കു കത്തിക്കാൻ കിട്ടുന്നത്.

അങ്ങനെ വെള്ളത്തിൽ നിന്ന് കറന്റ് (കറണ്ട്).

കറണ്ടിൽ നിന്ന് വെളിച്ചം!

വെള്ളത്തിൽ നിന്ന് വൈദ്യുതശക്തി. ഉയരത്തിൽ നിന്ന വെള്ളത്തിൽ നിന്നാണ് വൈദ്യുതശക്തി കിട്ടുന്നത്. ശക്തിയിൽ നിന്നേ ശക്തിയുണ്ടാവൂ. ഇത് സത്യം.

വൈദ്യുതോൽപ്പാദനശാലയിൽ നിന്നിറങ്ങുമ്പോൾ അവൻ നന്നേ ക്ഷീണിച്ചിരുന്നു. അവന്റെ ഒഴുക്കിന് ഊക്കു കുറഞ്ഞു. ശക്തി കുറഞ്ഞു. കുറഞ്ഞ ആ ശക്തിയാണ് വിദ്യുച്ഛക്തിയായി മാറിയത്.

വൈദ്യുതോൽപ്പാദനശാലയിൽ നിന്നിറങ്ങിയത് വീതികൂടിയ ഒരു കനാലിലേക്കാണ്. നുരയും പതയുമുള്ള കനാൽ. കുറച്ചുദൂരം പോയപ്പോൾ തള്ളക്കനാലിൽ നിന്ന് പിരിഞ്ഞ് പോകുന്ന ഒരു പിള്ളക്കനാൽ കണ്ടു. അതിലൂടെയായി അവന്റെ യാത്ര.

പിള്ളക്കനാലിന്റെ ഓരങ്ങളിൽ നെൽവയലുകൾ, തെങ്ങൻതോപ്പുകൾ, കവുങ്ങിൻതോട്ടങ്ങൾ, ഏത്തവാഴത്തോട്ടങ്ങൾ. കാറ്റൂതുമ്പോൾ അവ നിന്ന് ചാഞ്ചാടുന്നു; മൂളിപ്പാട്ട് പാടുന്നു, അത് കേൾക്കേണ്ടതാണ്.

പിള്ളക്കനാലിന്റെ ഒരു വശത്തുകണ്ട പലകവാതിൽപ്പൊഴിയിൽ കൂടി അവൻ ചാടിയിറങ്ങി. ഒരു വെള്ളച്ചാലിൽ കൂടി ഒഴുകി വയലിലെത്തി.

ഉണങ്ങിക്കിടക്കുന്ന വയൽ. നല്ലവെയിലും. കുറച്ചുദിവസം കൂടി കഴിഞ്ഞാൽ നിലം വിണ്ടുപൊട്ടും, നെൽച്ചെടികൾ കരിയും.

കാട്ടിൽ പെരുംമഴ. നാട്ടിൽ പൊരിയുന്ന വെയിൽ. പ്രകൃതിയുടെ വികൃതികളിലൊന്നാണിത്. അതിനെതിരെ മനുഷ്യൻ പൊരുതുന്നു. അതിന്റെ ഫലമാണ് ഈ കനാലുകൾ.

വാടി നിൽക്കുന്ന നെൽച്ചെടികളുടെ ഇളം കൂമ്പുകൾ തലയാട്ടി ആഹ്ലാദിക്കുന്നു. എന്റെയും കൂട്ടുകാരുടേയും ആരവം കേട്ടിട്ടാണ്.

"കറണ്ടെടുത്ത വെള്ളമാണ് അല്ലേ?" ഒരു നെൽച്ചെടി ചോദിച്ചു.

അവൻ പറഞ്ഞു: "അതുകൊണ്ടെന്താ? കറണ്ടെടുത്തതുകൊണ്ട് വെള്ളത്തിന്റെ ഘടനയ്ക്കോ സ്വഭാവത്തിനോ മാറ്റമൊന്നും വരുന്നില്ല. മണ്ടച്ചാരേ. വേഗം വലിച്ച് കുടിച്ചോ. ദാഹം തീർന്ന് വേഗം വളരട്ടെ. വളർന്ന് കതിരു വരട്ടെ. കതിർക്കുലകൾ വിളയട്ടെ. പണം കായ്ക്കട്ടെ.

ഒരു തുള്ളി വെള്ളം

ഒരു പരീക്ഷണശാല. അവിടെ പലതരം പരീക്ഷണോപകരണങ്ങൾ, ബാറ്ററികൾ, വൈദ്യുതവാഹികൾ, യന്ത്രസാമഗ്രികൾ, വരിവരിയായി വച്ചിരിക്കുന്ന കുപ്പികൾ, അവയിൽ ലവണങ്ങൾ, അമ്ലങ്ങൾ.

രണ്ടു ശാസ്ത്രജ്ഞന്മാർ-നിക്കോൾസനും കാർലൈലും ഏതോ പരീക്ഷണം നടത്തുകയാണ്. പരീക്ഷണശാലയിലാകമാനം വല്ലാത്ത നിശ്ശബ്ദത.

പരീക്ഷണശാലയിൽനിന്ന് ഒരജ്ഞാതശബ്ദം അതെന്തായിരുന്നു?

ആ നിശ്ശബ്ദതയിൽ പെട്ടെന്ന് ഒരജ്ഞാത ശബ്ദം:
ഗ്ളും! ഗ്ലഗ്ളും! ഗ്ല്ഗ്ളും!

എന്താണീ ശബ്ദം?

എന്താ ഈ കേൾക്കുന്നത്? അന്ന് അന്യോന്യം ചോദിച്ച ചോദ്യം പിൽക്കാലത്ത് ഓർത്തപ്പോൾ

ശാസ്ത്രജ്ഞന്മാർ ഞെട്ടി. എന്താണീ ശബ്ദം? എവിടെ നിന്നു കേൾക്കുന്നു. അവർക്കത് അറിയാൻ തിരക്കായി.

ശബ്ദം കേൾക്കുന്ന സ്ഥലത്തേക്ക് അവരോടി.

ഗ്ലാസു കൊണ്ടുണ്ടാക്കിയ ഒരു വട്ടപ്പാത്രം. അതിൽനിറയെ അല്പം കലർന്ന വെള്ളം. അതിൽ മുങ്ങിക്കിടക്കുന്നു. രണ്ട് കമ്പികളുടെ അഗ്രങ്ങൾ. അഗ്രങ്ങളിലെ ചെമ്പ് കമ്പിയിഴകൾ വെള്ളത്തിൽ തെളിഞ്ഞു കാണാം. അകലെ ഇരിക്കുന്ന ബാറ്ററിയിൽ നിന്നും കറന്റ് കൊണ്ടു വരുന്ന കമ്പികളാണവ.

ഈ പാത്രത്തിൽ നിന്നാണ് ശബ്ദം! വെള്ളം നിറച്ച പാത്രത്തിൽ ഒരു കുഴലിന്റെ ഒരറ്റം താഴ്ത്തി മറ്റേ അറ്റത്തു നിന്നും ഊതുകയാണെങ്കിൽ വായുകുമിളകൾ 'ഗ്ലഗ്ളും' ശബ്ദത്തോടുകൂടി മുകളിലേക്ക് ഉയരുന്നതു കാണാം. അതുപോലെയാണ് കമ്പികൾക്ക് ചുറ്റും കുമിളകൾ തുരുതുരെ വന്നുയർന്ന് പൊന്തുന്നത്.

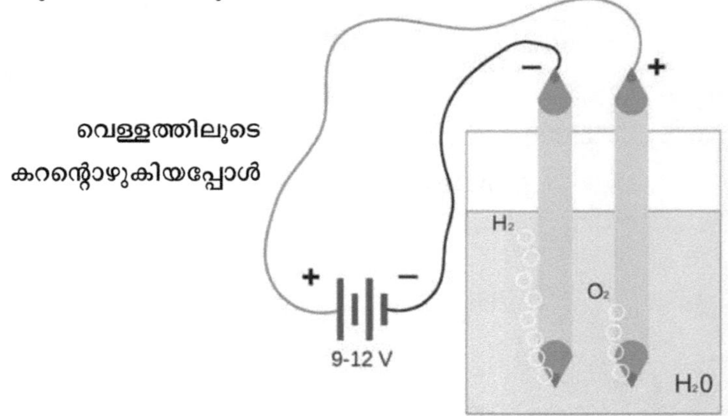

അപ്പോഴാണ് ശബ്ദം.

പാത്രത്തിൽ കുഴൽ താഴ്ത്തി ആരും ഊതുന്നില്ല. വെള്ളത്തിനടിയിൽ വായുവും ഇല്ല. പിന്നെ എവിടെ നിന്നുണ്ടാകുന്നു ഈ കുമിളകൾ? ശാസ്ത്രജ്ഞന്മാർ ആലോചിച്ചു.

ഏതോ വാതകങ്ങളാകാം കുമിളകൾ. പരീക്ഷിച്ചു നോക്കാൻ തന്നെ തീരുമാനിച്ചു അവർ. ഒരാൾ ഒരു തീപ്പെട്ടിക്കോൽ കത്തിച്ച് ഒരു കമ്പിക്ക് ചുറ്റും ഉണ്ടാകുന്ന കുമിളകളുടെ അടുത്ത് കാണിച്ചു.

ഒരു കമ്പിയുടെ അടുത്ത് തീ കാണിച്ച ഉടനെ വാതകം 'പോപ്' എന്ന പൊട്ടിത്തെറിയോടുകൂടി സ്വയം കത്തുന്നു. കത്തുന്ന വാതകം ഏത്? ഹൈഡ്രജൻ തന്നെ.

മറ്റേ കമ്പിക്ക് ചുറ്റും ഉണ്ടാകുന്ന വാതകം സ്വയം കത്തുന്നില്ല. പക്ഷേ അതിന്റെ സാമീപ്യത്തിൽ തീപ്പെട്ടിക്കൊള്ളിയുടെ ജ്വാല കൂടുതൽ ശോഭയോടു കൂടി കത്തുന്നതു കണ്ടു. കൂടുതൽ പ്രകാശത്തോടെ കത്താൻ സഹായിക്കുന്ന വാതകം ഏതാണ്? ഓക്സിജൻ തന്നെ. നാം

ശ്വസിക്കുന്ന പ്രാണവായു. അവർ കമ്പികൾ പരിശോധിച്ചു. അവയിൽ കൂടി ബാറ്ററിയിൽ നിന്ന് കറന്റ് പ്രവഹിക്കുന്നുണ്ട്.

നേരത്തെ വേറൊരു പരീക്ഷണത്തിന് കറന്റ് എടുക്കാൻ വേണ്ടി ഘടിപ്പിച്ചതായിരുന്നു ആ കമ്പികൾ. പരീക്ഷണത്തിന് ശേഷം കമ്പികളിലെ സപ്ലൈ ഓഫാക്കാൻ ശാസ്ത്രജ്ഞന്മാർ മറന്നുപോയി. കറന്റ് ഉള്ള ഈ കമ്പികൾ അവർ ഒരു സ്റ്റാന്റിൽ തൂക്കിയിട്ടു. കാറ്റടിച്ചപ്പോൾ

തീകത്താൻ കൂട്ടുനിൽക്കുന്നവൻ

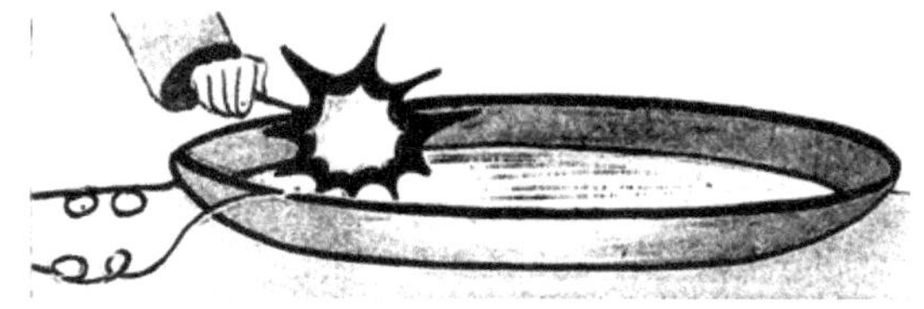

തീ കണ്ടാൽ കത്തുന്നവൻ

അവ പാത്രത്തിലേക്ക് വീണുപോയതാവാം.

അങ്ങനെ ഒരു മുന്നറിവും കൂടാത നടന്ന ഒരു പരീക്ഷണം! അവർ അത്ഭുതത്തോടെ പിന്നേയും പിന്നേയും പരീക്ഷിച്ചു.

അമ്ലം കലർന്ന വെള്ളത്തിൽകൂടി കറന്റ് ഒഴുകുമ്പോൾ രണ്ട് വാതകങ്ങൾ!

ആകയാൽ വെള്ളം ഒരൊറ്റ വസ്തുവല്ല.

ഏറ്റവും ചെറിയ വെള്ളത്തുള്ളി തന്മാത്രയിൽ (മോളിക്യൂൾ) മൂന്ന് പരമാണുക്കളുണ്ടെന്ന് അവർ കണ്ടു. രണ്ട് ഹൈഡ്രജൻ പരമാണുക്കളും ഒരു ഓക്സിജൻ പരമാണുവും. ഈ കണ്ടുപിടുത്തം വെള്ളം ഒരൊറ്റ വസ്തുവാണെന്ന വിശ്വാസത്തെ തകർത്തു. ലോകം അത് അംഗീകരിച്ചു. ശാസ്ത്രജ്ഞന്മാർ വിശ്വപ്രസിദ്ധരായി. ആഹ്ലാദഭരിതരായി. സംതൃപ്തരായി. അവർ കുട്ടികൾക്ക് വേണ്ടി ഇങ്ങനെ പാടിയിരിക്കാം–

"തീ കണ്ടാൽ കത്തുന്ന ഹൈഡ്രജനും
തീ കത്താൻ തുണ നിൽക്കും ഓക്സിജനും
ഒന്നിച്ച് ചേരുമ്പോൾ പൊട്ടിത്തെറി-
പ്പിന്നെ തീകെടുത്തുന്നൊരു വെള്ളത്തുള്ളി
വെള്ളത്തുള്ളീ.... വെള്ളത്തുള്ളീ..."

മാഞ്ചുവട്ടിൽ കുട്ടികൾ ഈ പാട്ട് എത്രവട്ടം പാടിയിരിക്കുന്നു!

ഹിമം

ഞങ്ങളുടെ നാട്ടിൽ ഒരു ഐസ് ഫാക്ടറി വന്നു. അതിന്റെ ഉൽഘാടനദിവസം ഐസ് വിതരണമുണ്ടായി. ഓരോ കുട്ടിക്കും കിട്ടി സൗജന്യമായി ഓരോ ഐസ്ക്കട്ട.

എനിക്കു കിട്ടിയ കട്ട വലുതായിരുന്നു. വലിയത് കാണിച്ചപ്പോൾ തിക്കിത്തിരക്കി കൈനീട്ടി വാങ്ങിയത് ഞാനായിരുന്നു.

വെള്ളാരംകല്ലിനോട് സാദൃശ്യമുള്ള ഐസ്ക്കട്ട. കണ്ണാടിപോലെ മിനുസമുള്ള ഐസ്ക്കട്ട.

തണുപ്പുകൊണ്ട് ഐസ്ക്കട്ട തൊട്ട വിരലുകൾ മരവിച്ച് കോച്ചി. എങ്ങനെയെങ്കിലും ഇത് വീട്ടിലെത്തിക്കണം.

ഞാൻ അടുത്തുള്ള തയ്യൽക്കടയിൽ കയറി. അവിടെ ആവശ്യമില്ലാതെ അങ്ങിങ്ങായി ചിതറിക്കിടന്നിരുന്ന തുണിക്കഷണങ്ങൾ പെറുക്കിയെടുത്തു. അവകൊണ്ട് ഐസ്ക്കട്ട പൊതിഞ്ഞു കെട്ടി. പൊതി ഞാത്തിപ്പിടിച്ച് ഞാൻ വേഗം നടന്നു.

അൽപ്പം കഴിഞ്ഞപ്പോൾ ഐസിൽ നിന്ന് വെള്ളം ഇറ്റിറ്റ് വീഴുന്നു.

"എന്താ ഐസേ, വെയിലുകൊണ്ട് നീ വിയർക്കുന്നുണ്ടോ?" ഞാൻ ചോദിച്ചു.

"എന്തിനാണ് എന്നെ ഐസ് എന്നു വിളിക്കുന്നത്. എനിക്ക് അതിനേക്കാൾ നല്ല പേരുണ്ട്- ഹിമം. കേട്ടിട്ടില്ലേ ഹിമാലയം എന്ന്. അതെന്റെ വീടാണ്. ഹിമം മൂടിയ ഹിമാലയപർവതം. അവിടെ എത്തിയാൽ ഞാൻ വിയർക്കില്ല."

"ഹിമം എത്ര നല്ല പേര്."

"ഹിമം." ഞാൻ വിളിച്ചു.

"എന്താ പൊന്നേ," അവൾ വിളികേട്ടു.

എങ്ങനെയെങ്കിലും ഇത് വീട്ടിലെത്തിക്കണം

"വെള്ളം ഐസ് ആകുമ്പോൾ വലുതാകും അല്ലെ?"

"വലുതാകും, വലുതാകുക മാത്രമല്ല."

"പിന്നെ?"

"അതിന്റെ ഘനത്വം (ഡെൻസിറ്റി) കുറയും. അതായത് ഒരു കട്ട ഐസിന് അതേ വ്യാപ്തമുള്ള വെള്ളത്തേക്കാൾ തൂക്കം കുറവായിരിക്കും എന്നർഥം."

"ഐസിന് വെള്ളത്തേക്കാൾ ഘനത്വം കുറവാണെങ്കിൽ അത് വെള്ളത്തിൽ പൊന്തിക്കിടക്കുമല്ലോ. ഉപ്പുവെള്ളത്തിൽ മുട്ട കിടക്കുന്നതുപോലെ."

"എന്താ ഇത്ര സംശയം? ഐസ്ക്കട്ടകൾ വെള്ളത്തിൽ പൊന്തിക്കിടക്കും. ഇതെന്തൊരനുഗ്രഹമാണെന്നോ?"

"ആർക്ക്?"

"മത്സ്യം അടക്കമുള്ള ജലജീവികൾക്ക്. മഞ്ഞുകാലത്ത് ഉഗ്രമായ തണുപ്പനുഭവപ്പെടുന്ന സ്ഥലത്ത് സ്ഥിതിചെയ്യുന്ന പുഴയിലെയും കടലിലെയും ജലജീവികൾക്ക്. ഇവ പാർക്കുന്ന പുഴകളിൽ ചിലത് ഉഗ്രമായ തണുപ്പനുഭവപ്പെടുന്ന പ്രദേശത്തു കൂടിയാവും ഒഴുകുക. അപ്പോൾ ഉഗ്രമായ തണുപ്പ് അനുഭവപ്പെടും. ഉഗ്രമായ തണുപ്പ് കടലിലും അനുഭവപ്പെടാം. അപ്പോൾ വെള്ളം തണുത്ത് മരവിച്ച് മഞ്ഞുകട്ടയാവും. ഈ മഞ്ഞുകട്ടകൾക്ക് വൻപാറകളുടെയും കുന്നുകളുടെയും അത്ര വലിപ്പമുണ്ടാവും. അവ കടലിന്റെ അടിയിലേക്ക് താണുപോയാൽ എന്തുണ്ടാവും? അല്ലെങ്കിൽ സമുദ്രത്തിന്റെ അടിയിലേക്ക് താണുപോയാലോ? അടിയിലുള്ള വെള്ളവും ഐസാവും. അപ്പോൾ കടലിനടിയിലും സമുദ്രത്തിന്റെ അടിയിലും കൊടും തണുപ്പാവും. അതേറ്റ് ജലജീവികൾ ചത്തൊടുങ്ങും. എന്നാൽ മഹാഭാഗ്യം! അങ്ങനെ സംഭവിക്കുന്നില്ല. കാരണം, മഞ്ഞുകാലമായാൽ ചില സ്ഥലങ്ങളിൽ ഉഗ്രമായ തണുപ്പനുഭവപ്പെടും എന്നത് നേരുതന്നെ. അപ്പോൾ ആ ഭാഗത്തെ നദികളിലും കടലിലും വെള്ളം തണുത്തുറച്ച് ഐസ്ക്കട്ടകളാകും. പക്ഷേ ഈ വലിയ ഐസ്ക്കട്ടകൾ ജലാശയങ്ങളുടെ ഉപരിതലത്തിൽ പൊന്തിക്കിടക്കുകയേ ഉള്ളൂ. കാരണം–"

"ഐസിനു ഘനത്വം കുറവായതിനാൽ അല്ലെ?" ഞാൻ ഇടക്കുകയറി ചോദിച്ചു.

"അതെ, അതുതന്നെ," ഹിമം പറഞ്ഞു. "ഐസ് പൊന്തിക്കിടക്കുന്ന ജലാശയങ്ങളിലെ വെള്ളത്തിന്റെ താപനില ഏതാണ്ട് 4 ഡിഗ്രി സെൽഷ്യസ് വരെ താഴുന്നു. ഈ താപനിലയിലാണ് വെള്ളത്തിന് ഏറ്റവും കൂടുതൽ ഘനത്വം. ഘനത്വം കൂടിയ ജലം ജലാശയത്തിന്റെ അടിയിലേക്ക് താഴുന്നു. ഘനത്വം കുറഞ്ഞ ഐസ്ക്കട്ടകൾ മുകളിലേക്ക് പൊന്തുന്നു. അതുകൊണ്ട് ജലജീവികൾ ഐസ്ക്കട്ടകളിൽ കുടുങ്ങി ചത്തുപോകാതെ ജലാശയങ്ങളിലെ അടിത്തട്ടുകളിലെ ഘനത്വമേറിയ ജലത്തിൽ കഴിയുന്നു."

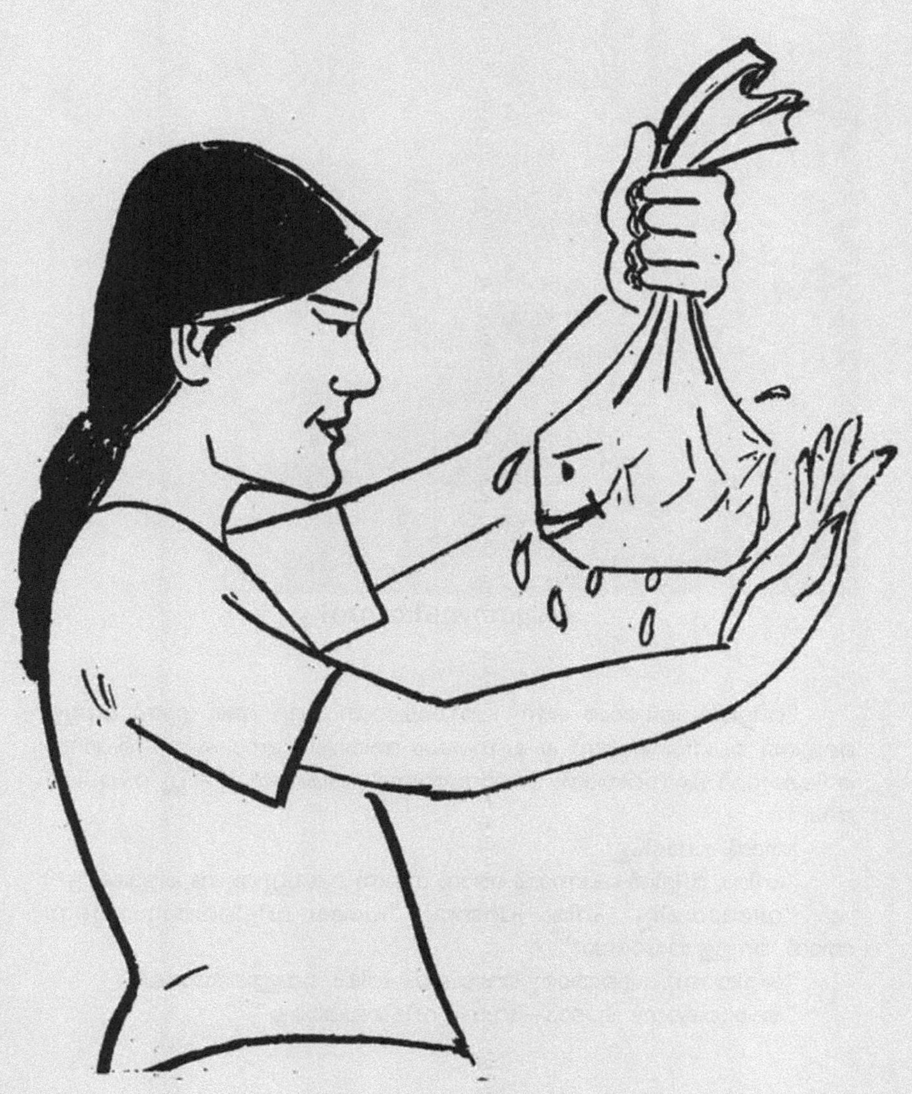

വെള്ളം ഐസാകുമ്പോൾ വലുതാകുമോ?
വലുതാകും

ഐസുമൂടിയ നദി

"വീട്ടിലെത്തിയാൽ ഒന്നു പരീക്ഷിക്കണം. ഒര് അര ഗ്ലാസ് വെള്ളമെടുത്ത് ചെറിയ ഐസ് കഷണങ്ങൾ അതിലിട്ട് നോക്കണം. പൊന്തിക്കിടക്കുമോ എന്നറിയാൻ. അതിനുവേണ്ടി ഹിമത്തെ ഇടിച്ചു പൊടിക്കണം."

ഞാൻ ചോദിച്ചു:

"ഹിമം, വീട്ടിൽ ചെന്നാൽ ഞാൻ നിന്നെ കൊച്ചു തുണ്ടുകളാക്കട്ടെ?"

"വിരോധമില്ല" ഹിമം പറഞ്ഞു. "പക്ഷേ വീട്ടിലെത്തും മുമ്പെ ഞാൻ വെള്ളമായാലോ?"

"ശരിയാണ്, എന്തൊരു വെയിലാ, ഹിമം വെള്ളമായാലോ."

"അതുകൊണ്ട് ഓടാം—വേഗം വീട്ടിലെത്തട്ടെ."

മുത്തുമണി

മുറ്റത്തിന്റെ ഒരു കോണിൽ ഒരു ചെന്തെങ്ങിൻതൈ നിൽപ്പുണ്ട്. വലിയ പട്ടകൾ വിരിഞ്ഞു തുടങ്ങുന്ന പ്രായം. ഞാൻ എന്നും പ്രഭാതത്തിൽ അതിന്റെ അടുത്തെത്തും. വിരിയുന്ന കൂമ്പോല തടവും. വേഗം വിരിഞ്ഞുവരൂ എന്നു പറയും.

അന്ന് സൂര്യനുദിക്കുന്ന നേരം. എന്നിട്ടും നല്ല തണുപ്പ്. മഞ്ഞുകാലത്ത് അങ്ങനെയാണല്ലോ.

വീടും പരിസരവും മൂടൽമഞ്ഞിനടിയിലാണ്. അകലേക്ക് നോക്കിയാൽ ആകമാനം മഞ്ഞിൻപുക. ഒന്നും വ്യക്തമായി കണ്ടുകൂടാ. എന്നിട്ടും ഞാൻ തെങ്ങിൻ തൈയിന്റെ അടുത്തെത്തി.

അപ്പോഴാണ് മുത്തുമണിയെ കണ്ടത്. ഒരു ഓലത്തുമ്പത്ത് അവളിരിക്കുന്നു. എന്തൊരു മനോഹരി! ഇളം വെയിലടിക്കുമ്പോൾ അവളുടെ ദേഹമാകെ തിളങ്ങുന്നു– മുത്തുമണിപോലെ.

അതിനടുത്ത് ഒരു ചേമ്പിൻ തൈ നിൽക്കുന്നു. ഒരു ചേമ്പിലയിൽ അതാ അൽപ്പം കൂടി വലിയ ഒരുതുള്ളി വെള്ളം.

തെങ്ങോലയിലെ വെള്ളത്തുള്ളിയെ 'മുത്തുമണീ' എന്നു ഞാൻ വിളിച്ചു.

"എന്തിനെന്നെ കളിയാക്കുന്നു, കുട്ടീ. ഞാൻ മുത്തുമണി അല്ല, സ്വർണമണിയും അല്ല. പാവം വെറുമൊരു വെള്ളത്തുള്ളിയാ. ഈ ഓലത്തുമ്പത്തുവന്ന് അൽപ്പനേരം ഇരിക്കാൻ ഞാനെന്ത് കഷ്ടപ്പെടുന്നുവെന്നോ," അവൾ വിലപിച്ചു.

അത് ശരിയാണെന്ന് എനിക്ക് തോന്നി. ഞാൻ അവളെ താലോലിക്കാൻ ഒരു പാട്ടുപാടി.

"മണീ, മണീ, മുത്തുമണീ,

ഓലത്തുമ്പത്തിരുന്നാൽ നീ വീഴില്ലേ?

മണി, മണീ, മുത്തുമണി
ഓലത്തുമ്പിലെ മുത്തുമണി
മേലാകെ മിന്നുന്ന മുത്തുമണീ

(ഈ വെള്ളത്തുള്ളികൾ ഓരോന്നും ഉരുണ്ടിരിക്കുന്നത് എന്തുകൊണ്ട്? ഉത്തരം കിട്ടും മുത്തു മുഴുവൻ വായിച്ചാൽ)

തുള്ളിക്കുള്ളിലെ വലിവ് ബലം

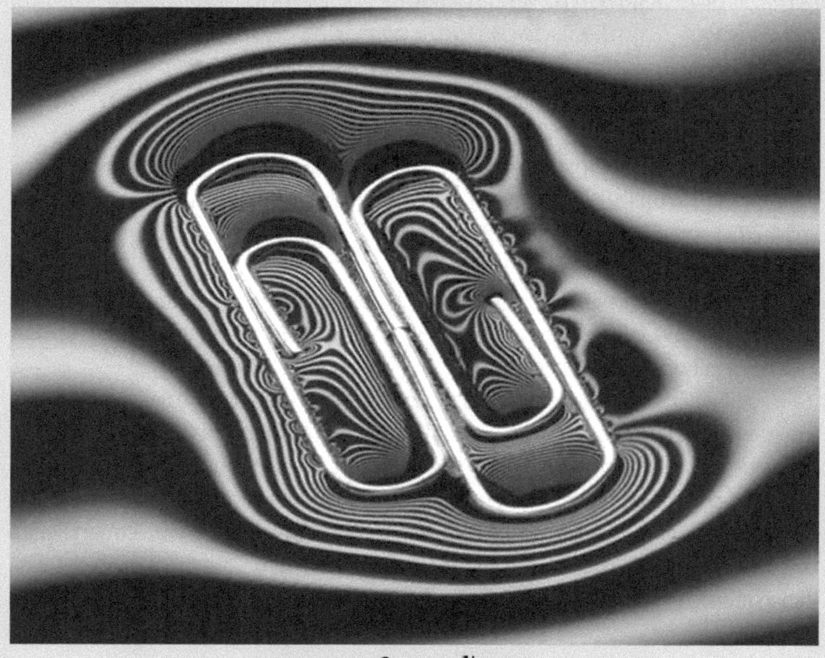

എന്റെ സ്വപ്നം

മേലാകെ മിന്നുന്ന മുത്തുമണീ
തുള്ളീ, തുള്ളീ, വെള്ളത്തുള്ളീ
ഓലത്തുമ്പിലെ വെള്ളത്തുള്ളീ"

"എന്തേ, എന്തേ തങ്കമണീ?" മുത്തുമണി ചോദിച്ചു.

"ഇളംകാറ്റ് ഓടിയെത്തുമ്പോഴേക്കും ഞാനൊരു കാര്യം ചോദിക്കട്ടെ?"

"ചോദിക്കൂ, കുട്ടി."

ഞാൻ ചോദിച്ചു:

"എങ്ങനെയാണ് നീ താഴെ വീഴാതെ ഓലത്തുമ്പത്ത് ഒട്ടിപ്പിടിച്ചിരിക്കുന്നത്?"

അവൾ ഓലത്തുമ്പത്ത് പരുങ്ങിപ്പിടിച്ചുകൊണ്ട് പറഞ്ഞു:

"ഞാനൊരു തുള്ളി, എന്റെ ഉള്ളിൽ പലതുള്ളി. ഇതറിയാമല്ലോ."

"നിന്റെ ഉള്ളിലുള്ള ഓരോ ചെറിയ തുള്ളിയെയും ശാസ്ത്രജ്ഞൻ പേരിട്ടിരിക്കുന്നത് തന്മാത്ര (മോളിക്യൂൾ) എന്നാണ്."

"അതെ, തന്മാത്ര തന്നെ. എന്റെ ഉള്ളിലുള്ള തന്മാത്രകളോരോന്നും പരസ്പരം ആകർഷിക്കുമല്ലോ. എന്റെ പുറം തൊലിയിലുള്ള തന്മാത്രകളിലും ഉള്ളിലുള്ള തന്മാത്രകളുടെ ആകർഷണം അനുഭവപ്പെടും. ഈ ആകർഷണശക്തി എന്റെ പുറം തൊലിയിൽ വലിവ് ഉണ്ടാക്കുന്നു. ഈ വലിവ് ബലത്തിന് ശാസ്ത്രജ്ഞൻമാർ പറയുന്നത് വെള്ളത്തുള്ളികളുടെ പ്രതലബലം എന്നാണ്. ഈ തൊലിപ്പുറത്ത് പ്രവർത്തിക്കുന്ന വലിവുകൊണ്ടാണ് എനിക്ക് അൽപ്പനേരമെങ്കിലും ഓലത്തുമ്പത്ത് ഞാന്ന് നിൽക്കുവാൻ കഴിയുന്നത്. അതായത് പ്രതലബലം കൊണ്ട്."

"നീ ഉരുണ്ടിരിക്കുന്നതും ഈ വലിവുബലം കൊണ്ടാണോ?" ഞാൻ ചോദിച്ചു.

"പിന്നെ പറയാനുണ്ടോ? ഗോലിക്കായപോലെയല്ലെ ഞാൻ ഉരുണ്ടിരിക്കുന്നത്. സൂക്ഷിച്ചു നോക്കൂ. എന്റെ ഉപരിതലവലിവു കൊണ്ടാണത്. വീർപ്പിച്ച ബലൂണിന്റേതുപോലെയാണ് എന്റെ പുറംതൊലി." മുത്തുമണി പറഞ്ഞു.

പിന്നെയും അവൾ ഇളവെയിൽ തട്ടി മിന്നി. തത്സമയം അങ്ങോട്ടോടിയെത്തി—വികൃതിയായ ഒരിളം കാറ്റ്. കാറ്റേറ്റ് മുത്തുമണി താഴെ വീണ് ഭൂമിയിൽ താണുപോയി.

സാരമില്ല, നാളെ വേറെ ഒരു മുത്തുമണി വിടർന്നുനിൽക്കും ഇതേ ഓലത്തുമ്പിൽ എന്ന വിചാരവുമായി ഞാനുറങ്ങി. ഉറക്കത്തിൽ ഞാനൊരു മുഴുത്ത വെള്ളത്തുള്ളിയെ കണ്ടു. അതിന്റെ പുറത്ത് രണ്ട് പേപ്പർ ക്ലിപ്പുകൾ വച്ചു. അവ എന്തിലോ തങ്ങിനിന്നപോലെ. തങ്ങിനിന്നതോ അതോ വലിവ് ബലം താങ്ങിയതോ. താങ്ങിയതാ. തുള്ളിയിൽ നിന്നുതിരുന്ന ബലങ്ങളെ ഞാൻ കണ്ടു. കണ്ടത് കടലാസിലാക്കിയത് കാണണോ? 107-ാം പേജ് അവസാനം നോക്കുക.

ജലം പലതരം

പ്രകൃതിദേവീയുടെ പണിപ്പുര. അവിടെ പ്രകൃതി തിരുതകൃതിയായി ഓരോരോ പദാർഥങ്ങൾ സൃഷ്ടിച്ചുകൊണ്ടിരുന്ന കാലം

ഒരുദിവസം പ്രഭാതത്തിൽ പ്രകൃതീദേവി വിളിച്ചു: "ഇനി ഹൈഡ്രജൻ പരമാണു വരിക."

മൂന്ന് അണുക്കൾ വരിവരിയായി പ്രകൃതീദേവിയുടെ സന്നിധാനത്തിൽ ഹാജരായി.

"എന്താണ് മൂന്നുപേർ? ഞാൻ ഒരാളെ മാത്രമല്ലെ വിളിച്ചുള്ളൂ?" ദേവി ചോദിച്ചു.

"ആരെയാണ് അവിടുന്ന് വിളിച്ചതെന്ന് മനസിലായില്ല. ഞങ്ങൾ മൂന്നുപേരും ഹൈഡ്രജൻ പരമാണുക്കളാണ്." ഒരണു പറഞ്ഞു.

"എന്താ നിങ്ങൾ തമ്മിലുള്ള വ്യത്യാസം?"

"മൂന്നാൾക്കും മൂന്നു ഭാരമാണ്." അണുക്കൾ പറഞ്ഞു.

ഓ! പെട്ടെന്ന് ദേവിക്ക് ഓർമ വന്നു.

ഹൈഡ്രജൻ അണുക്കൾക്ക് ഹൃദയമുണ്ട്. അവയുടെ ന്യൂക്ലിയസ്.

ന്യൂക്ലിയസിൽ പ്രോട്ടോൺ കണികകളുണ്ട്. ന്യൂട്രോൺ കണികകളും ഉണ്ടാവാം. കണികകളുടെ എണ്ണത്തിനനുസരിച്ചിരിക്കും അണുവിന്റെ ഭാരം. ഒരിനം ഹൈഡ്രജനണുവുണ്ട്. അതിന്റെ ഹൃദയത്തിൽ ഒരു പ്രോട്ടോൺ മാത്രം. അതിന്റെ ഭാരം ഒന്ന്. ആ ഹൈഡ്രജൻ അണുവാണ് പ്രോട്ടിയം.

വേറൊരുതരം ഹൈഡ്രജനണുവുണ്ട്. അതിന്റെ ഹൃദയത്തിൽ ഒരു പ്രോട്ടോണും ഒരു ന്യൂട്രോണും, അങ്ങനെ രണ്ടു കണികകൾ. അതുകൊണ്ട് അതിന്റെ അണുഭാരമോ രണ്ട്. ഈ ഹൈഡ്രജൻ അണുവാണ് ഡ്യൂട്ടിറിയം.

പ്രകൃതിദേവിയുടെ പണിപ്പുരയിൽ നിന്ന് മൂന്നിനം ജലം?

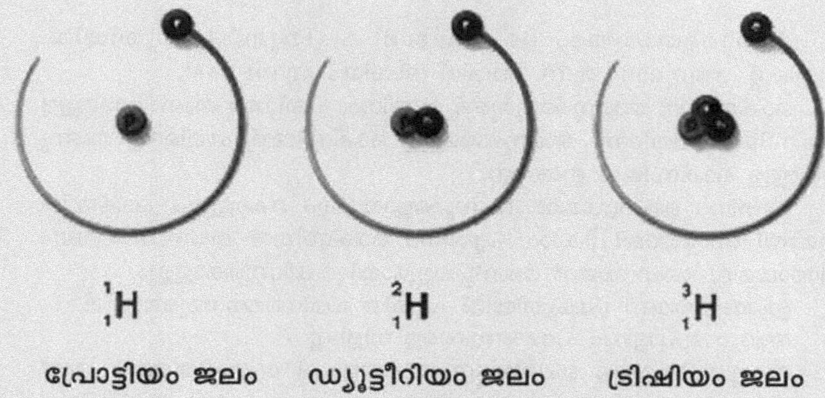

പ്രോട്ടിയം ജലം ഡ്യൂട്ടീറിയം ജലം ട്രിഷിയം ജലം

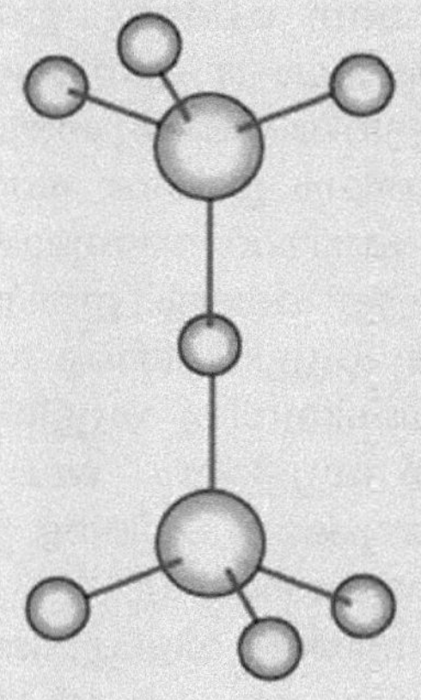

പ്രോട്ടിയം ജലത്തിന്റെ ഘടന

മൂന്നാമതൊരുതരം ഹൈഡ്രജൻ കൂടിയുണ്ട് പ്രകൃതിയിൽ. അതിന്റെ അണുഭാരം മൂന്ന്. അതിന് ട്രിഷിയം എന്നു പേർ.

ഓക്സിജൻ അണുക്കളുമുണ്ട് മൂന്നിനം, പതിനാറ് അണുഭാരമുള്ള ഓക്സിജൻ, പതിനേഴ് അണുഭാരമുള്ള ഓക്സിജൻ, പതിനെട്ട് അണു ഭാരമുള്ള ഓക്സിജൻ ഇങ്ങനെ.

ഏതിനം ഹൈഡ്രജൻ അണുക്കളായാലും കൊള്ളാം. ഓക്സിജ നുമായി സംയോജിപ്പിക്കാം. ഏതിനം ഓക്സിജൻ അണുവായാലും വിരോധമില്ല ഹൈഡ്രജൻ അണുക്കളുമായി ചേർന്നുകൊള്ളും.

ഇങ്ങനെയാണ് പ്രകൃതിയിൽ പുതിയ പരിവർത്തനമുണ്ടായത്.

ആദ്യം പ്രോട്ടിയം പരമാണുക്കളെ വിളിച്ചു.

രണ്ടു വീതമുള്ള ചെറിയ സംഘങ്ങളായി പ്രോട്ടിയങ്ങൾ. രണ്ട് പ്രോട്ടിയം അണുക്കളോട് പതിനാറ് അണുഭാരമുള്ള ഒരു ഓക്സിജൻ അണുവിനെ ചേർത്തു. അതിൽ നിന്നുണ്ടായത് ഒരു തുള്ളി പ്രോട്ടിയം ജലം-16.

രണ്ട് പ്രോട്ടിയം അണുക്കളും 17 അണുഭാരമുള്ള ഒരു ഓക്സിജൻ അണുവും ചേർത്ത് ഒരു തുള്ളി വെള്ളമുണ്ടാക്കി. അതിനു പ്രോട്ടിയം ജലം-17 എന്നു പേരിട്ടു. പിന്നെ രണ്ട് പ്രോട്ടിയം അണുക്കളോട് 18 അണു ഭാരമുള്ള ഒരു ഓക്സിജൻ അണു ചേർത്തു. ഇങ്ങനെയുണ്ടായ ഒരു തുള്ളി വെള്ളത്തിനു പ്രോട്ടിയം ജലം-18 എന്നുപേരിട്ടു.

രണ്ടാമത് വിളിച്ചത് ഡ്യൂട്ടിറിയം അണുക്കളെയാണ്. അവ കൂട്ടം കൂട്ടമായി വന്നു. ഓരോ കൂട്ടത്തിലും ഈരണ്ടു പേരുണ്ട്.

രണ്ട് ഡ്യൂട്ടിറിയങ്ങളോട് പതിനാറ് അണുഭാരമുള്ള ഒരു ഓക്സി ജനെ ചേർത്തു. ഇതാ ഒരു തുള്ളി വെള്ളം. ഇതിനു ഡ്യൂട്ടിറിയം ജലം -16 എന്നു പേരിട്ടു. വേറെ രണ്ടു ഡ്യൂട്ടിറിയങ്ങളെ ഒരു ഓക്സിജൻ പതി നേഴിനോടു ചേർത്തു ഈ ജലബിന്ദുവിനു ഡ്യൂട്ടിറിയം ജലം -17 എന്നു പേരിട്ടു. പിന്നീട് ഉണ്ടാക്കിയത് ഡ്യൂട്ടിറിയം ജലം-18 ആണ്. അതിനു വേണ്ടി രണ്ട് ഡ്യൂട്ടിറിയം അണുക്കളെ പതിനെട്ട് അണുഭാരമുള്ള ഒരു ഓക്സിജൻ അണുവുമായി സംയോജിപ്പിച്ചു.

മൂന്നാമത് ട്രിഷിയം അണുക്കളെ വിളിച്ചു. അവകൊണ്ട് ഇതേപ്ര കാരം ട്രിഷിയം ജലം-16, ട്രിഷിയം ജലം -17, ട്രിഷിയം ജലം-18 എന്നു മൂന്നു തരം ജലം നിർമിച്ചു, ട്രിഷിയം ജലം-16 ൽ.

2 ട്രിഷിയം അണു+ അണുഭാരം 16 ഉള്ള ഒരു ഓക്സിജൻ അണു.

ട്രിഷിയം ജലം 17-ൽ

2 ട്രിഷിയം അണു+ അണുഭാരം 17 ഉള്ള ഒരു ഓക്സിജൻ അണു.

ട്രിഷിയം ജലം 18-ൽ

2 ട്രിഷിയം അണു+അണുഭാരം 18 ഉള്ള ഒരു ഓക്സിജൻ അണു. എന്തൊരു മാഹാത്മ്യമേറിയ സൃഷ്ടിതന്ത്രം! അത്ഭുതം തോന്നുന്നു.

പ്രകൃതീദേവി പിന്നെയും കനിഞ്ഞു. അനേകായിരം ജലകണിക കൾ ഭൂമിയിലേക്ക് വർഷിച്ചു.

എല്ലാത്തരത്തിലും പെട്ട ജലകണികകൾ. ഇതറിയുന്ന കുട്ടികൾ ഇന്നും പാടാറുണ്ട്. മാഞ്ചുവട്ടിൽ കൂടിനിന്ന് ഞങ്ങളും ഇതു പാടിയിട്ടുണ്ട്.

“ഹൈഡ്രജൻ അണുക്കൾ മൂന്നുതരം,
ഓക്സിജൻ അണുക്കൾ മൂന്നുതരം
ഇവകൾ തമ്മിൽ ചേരുമ്പോൾ
ജലം ജലം പലതരം
ഹായ് ജലം ജലം പലതരം”

ഇവ ആർത്തൊഴുകുമ്പോൾ ഞാനും രാമുവും ചെറിയ തോടിന്റെ കരയിൽ നിന്നുകൊണ്ട് കൂട്ടുകാരോടൊത്ത് ഉച്ചത്തിൽ പാടും.

“ജനം ജനം പലവിധം
ഭൂമിയിൽ ജനം പലവിധം
ജലം ജലം പലതരം
ഭൂമിയിൽ ജലം പലതരം!”

അതുകേൾക്കെ തോട്ടിലെ ജലം ഇരമ്പി കലമ്പൽ കൂട്ടും, ഒഴുകിപ്പോകാനുള്ള വെമ്പലോടെ. പിന്നെയും ഞങ്ങൾ പാടും:

“ജലം ജലം പലതരം
ഭൂമിയിൽ ജലം പലതരം”

മഹാഭയങ്കരൻ

"ഹ ഹ ഹ."

ഒപ്പം ചീഞ്ഞമുട്ടയുടെ മണവും

ഞാൻ മൂക്കുപൊത്തി ചോദിച്ചു:

"ആരാ?"

"ഞാൻ നിങ്ങൾ വാഴ്ത്തി സ്തുതിക്കുന്ന വെള്ളത്തിന്റെ ചേട്ടനാ."

"എന്താ പേര്?"

"ഹൈഡ്രജൻ സൾഫൈഡ് H_2S"

"എന്താ വന്നേ?"

"ഒരു രഹസ്യം പറയാൻ."

"എന്താ"

"ഈ വെള്ളം ഭയങ്കരനാ. വെറുതെ പറയുന്നതല്ല കേട്ടോളൂ.

പോളോണിയം, ടെല്ലൂറിയം, സെലിനീയം, സൾഫർ, ഓക്സിജൻ- ഞങ്ങൾ ഒരേ കുടുംബത്തിലെ ആൾക്കാർ. ഞങ്ങൾ ഹൈഡ്രജനുമായി സംയോജിച്ചാൽ ഹൈഡ്രയ്ഡുകൾ ഉണ്ടാവും. ഞാൻ ഒരു ഹൈഡ്രയ്ഡ് ആണ്. സൾഫറും ഹൈഡ്രജനുമായി സംയോജിച്ചാണ് ഞാൻ ഉണ്ടായത്.

ഞാൻ വാതകമല്ലേ? ആണ്.

എന്നാൽ വെള്ളം ഒരു ഹൈഡ്രയ്ഡ് ആണ്. എന്നാൽ അവൻ വാതകമാണോ?"

"അല്ല." ഞാൻ പറഞ്ഞു.

"അതാ പറയുന്നേ അവൻ ഭയങ്കരനാണ്, അവനിൽ H_2O തന്മാത്രകൾ ഒറ്റയ്ക്കൊറ്റയ്ക്കല്ല. പകരം തന്മാത്രകളുടെ മഹാപർവതം തന്നെ പണിതിരിക്കുന്നു ഈ ഭീകരൻ. സത്യത്തിൽ അവൻ H_2O അല്ല, (H_2O)

വെള്ളത്തിന്റെ ചേട്ടൻ

ജലചങ്ങല

കളുടെ ഒരു വലിയ ചങ്ങല ആണ്. തന്മാത്രകൾ തമ്മിൽ ചേർന്ന ഒരു മഹാകൂമ്പാരം. അതുകൊണ്ടാ അവൻ ദ്രാവകമായിരിക്കുന്നത്." ദുർഗന്ധക്കാരൻ പറഞ്ഞു.

"അയ്യോ അയ്യോ ഓടിവരണേ...."

പെട്ടെന്ന് ഒരു പൊട്ടിക്കരച്ചിൽ

ഞാൻ ഓടിച്ചെന്ന് നോക്കുമ്പോൾ അശരീരി പോലെ

"ഞാൻ ഒരു കൊച്ചു ജലകണിക. എന്നെ വെള്ളം വെള്ളച്ചങ്ങല കൊണ്ട് കെട്ടിവരിഞ്ഞ് വീർപ്പുമുട്ടിക്കുന്നു.

"അയ്യോ അയ്യോ അയ്യോ"

"എന്നെയും വീർപ്പുമുട്ടിക്കുന്നു. ഞാൻ ഒരു കൊച്ച് ഐസ് തരിയാണ്. വെള്ളച്ചങ്ങല എന്നേയും കെട്ടി വരിയുന്നു."

അപ്പോൾ വെള്ളത്തിനുള്ളിൽ ഐസ് ഉണ്ടെന്നോ?

വെള്ളത്തിനുള്ളിൽ ജയിൽ ഉണ്ടെന്നോ? ആ ജയിൽ മുറികളിൽ പൊട്ടിക്കരയുന്ന തടവുകാരികളായി കൊച്ചു വെള്ളത്തുള്ളികൾ ഉണ്ടെന്നോ?

എന്തൊക്കെയാണ് ഞാനീക്കേൾക്കുന്നത്?

ഞാൻ ആകപ്പാടെ അന്ധാളിച്ചുപോയി

ഉടൻ വിദ്യാദേവി എന്നെ ആശ്വസിപ്പിച്ചു." മോനെ, വെള്ളം ഇന്നും പിടികിട്ടാപ്പുള്ളിയാണ്. അവന്റെ ഉള്ളുകള്ളികൾ ഇന്നും അതിബുദ്ധിമാനായ മനുഷ്യന് പോലും അറിയില്ല.

ജീവദായിനി,

അമൃതവാഹിനി,

പ്രാണദായിനി,

പ്രാണദേവതേയാണ് നീ

ഞാൻ വിചാരിച്ചു. അവിടത്തെ ഉള്ളുകള്ളികൾ കണ്ടെത്താൻ ഒരു ബുദ്ധിമാൻ വരും; ഇന്നല്ലെങ്കിൽ നാളെ.

എന്റെ ഈശ്വരാ.

വെള്ളത്തിന്റെ ഉള്ളുകള്ളികൾ എത്ര അത്ഭുതകരം.

വാതകമാകേണ്ട വെള്ളം ദ്രാവകമായി. എന്തൊരനുഗ്രഹം. അതുകൊണ്ട് ജീവനും ജീവിതവും ഉണ്ടായി. എന്നാലും.

വെള്ളത്തിനുള്ളിൽ ഐസുണ്ടെന്ന്.

വെള്ളത്തിനുള്ളിൽ ജയിൽ ഉണ്ടെന്ന്.

എന്തോ? ഇതൊക്കെ ഊഹിക്കാൻപോലും പ്രയാസം. സത്യം എന്തെന്ന് ബുദ്ധിമാന്മാർ നാളെ പഠിക്കും. നേര് നേരെ പറയും.

അതുകൊണ്ട് ഞങ്ങൾ വെള്ളത്തിന്റെ കഥ അവിടെ നിറുത്തി.

പിന്നെ മന്നവൻ നാരായണൻ തന്റെ രസികൻ കഥകളുടെ പൊതി അഴിച്ചു. അവൻ പറഞ്ഞ മൂന്ന് കഥകൾ ഇനി പകർത്തുന്നു.

ഭാഗം നാല്

രസികൻ കഥകൾ

ബുദ്ധിമാൻ

ഈ കഥയ്ക്ക് രണ്ട് ഭാഗങ്ങൾ ഉണ്ട്. ഒന്നാമത്തേത് ചോദ്യകഥ. ഇത് അവസാനിക്കുന്നത് ഒരു ചോദ്യത്തോടെയാവും. അതിന് ഉത്തരം ആലോചിക്കുക. എന്നിട്ട് ഉത്തരം കിട്ടിയാലും ഉത്തരം മുട്ടിയാലും അടുത്തഭാഗം നോക്കുക. അപ്പോൾ നിങ്ങൾക്ക് കിട്ടിയ ഉത്തരം ശരിയാണോ എന്ന് ഒത്തു നോക്കാം. അല്ലെങ്കിൽ ശരിയുത്തരം വായിക്കൂ, മനസിലാക്കൂ, ബുദ്ധിയുടെ, ബോധത്തിന്റെ ഭാഗമാക്കൂ.

ചോദ്യകഥ

എനിക്കും ചേട്ടനും മുത്തച്ഛന്റെ അടുത്ത് കിടന്നുറങ്ങാനാണിഷ്ടം. കാര്യം എന്താണെന്നോ, മുത്തച്ഛൻ കഥ പറയും.

നടപ്പുരയിൽ കട്ടിലിലാണ് മുത്തച്ഛന്റെ കിടപ്പ്. മുത്തച്ഛൻ വലതുഭാഗത്ത് ഒരറ്റത്ത്, ചേട്ടൻ ഇടതുഭാഗത്ത് ചുമരരുകിൽ, ഞാൻ നടുവിലും. അങ്ങനെയാണ് കട്ടിലിന്മേൽ ഞങ്ങൾ മൂന്നുപേരുടെയും കൂടിയുള്ള കിടപ്പ്. ഞങ്ങൾ ഉറങ്ങുമ്പോൾ താഴെ വീഴാതിരിക്കാനാണത്രെ മുത്തച്ഛൻ തടയായി ചുമരില്ലാത്ത അറ്റത്തുകിടക്കുന്നത്. എന്തൊരു സ്നേഹം. എന്തൊരു ത്യാഗം!

കിടക്ക വിരിച്ചുകിടന്നാൽ തുടങ്ങും ചേട്ടൻ:

“മുത്തച്ഛാ, ഇന്നൊരു കഥ പറയൂ. ഒരു കഥ - നല്ല കഥ.”

ചില ദിവസമേ മുത്തച്ഛൻ മിണ്ടുകയുള്ളൂ. അല്ലെങ്കിൽ ഉറങ്ങിയമാതിരി കിടക്കും. അതൊരടവാണ്. കഥപറയാതെ കഴിക്കാനുള്ള സൂത്രം.

എന്നാലും മുത്തച്ഛൻ നല്ല ആളാണ്. മാസത്തിലൊരു കഥയെങ്കിലും പറയും. അച്ഛനോ അമ്മയോ ഒരൊറ്റ കഥപോലും ഇതേവരെ പറഞ്ഞി

ല്ലല്ലോ? അവർക്ക് കഥ കിട്ടാത്തതുകൊണ്ടാവും, വയസായവർക്കേ കഥ പറയാനറിയൂ.

ഒന്നുണ്ട്: മുത്തച്ഛൻ കഥ പറയണമെങ്കിൽ നിർബന്ധിക്കണം. തുടങ്ങിക്കിട്ടിയാൽ കാര്യം ജയിച്ചു. പിന്നെ നിറുത്താതെ അവസാനം വരെ കേൾക്കാം.

ഇന്നലെ എന്റെയും ചേട്ടന്റെയും ശാഠ്യം സഹിക്കവയ്യാതായപ്പോൾ മുത്തച്ഛൻ കഥ ആരംഭിച്ചു;

കുറേക്കൊല്ലം മുമ്പ് നമ്മുടെ അയൽപക്കത്ത് ശങ്കുനായര് താമസിച്ചിരുന്നു. നിങ്ങളെ പഠിപ്പിക്കുന്ന ആ രാഹുലൻ മാഷില്ലെ, അങ്ങോരുടെ മുത്തച്ഛനായിരുന്നു ഞാനീ പറഞ്ഞുവരുന്ന ശങ്കുനായർ.

അന്ന് ശങ്കുനായർക്ക് കിഴക്ക് ഒരു കാട്ടുപറമ്പുണ്ടായിരുന്നു. അവിടെ വല്ലതും കൃഷി ചെയ്തിട്ടുവേണം കഴിയാൻ.

രാവിലെ പോയാൽ ഇരുട്ടാവും ശങ്കുനായർ വീട്ടിൽ തിരിച്ചെത്തുമ്പോൾ. എന്തൊരു ബുദ്ധിമുട്ടായിരുന്നു, അന്നത്തെ ആ പോക്കുവരവ്!

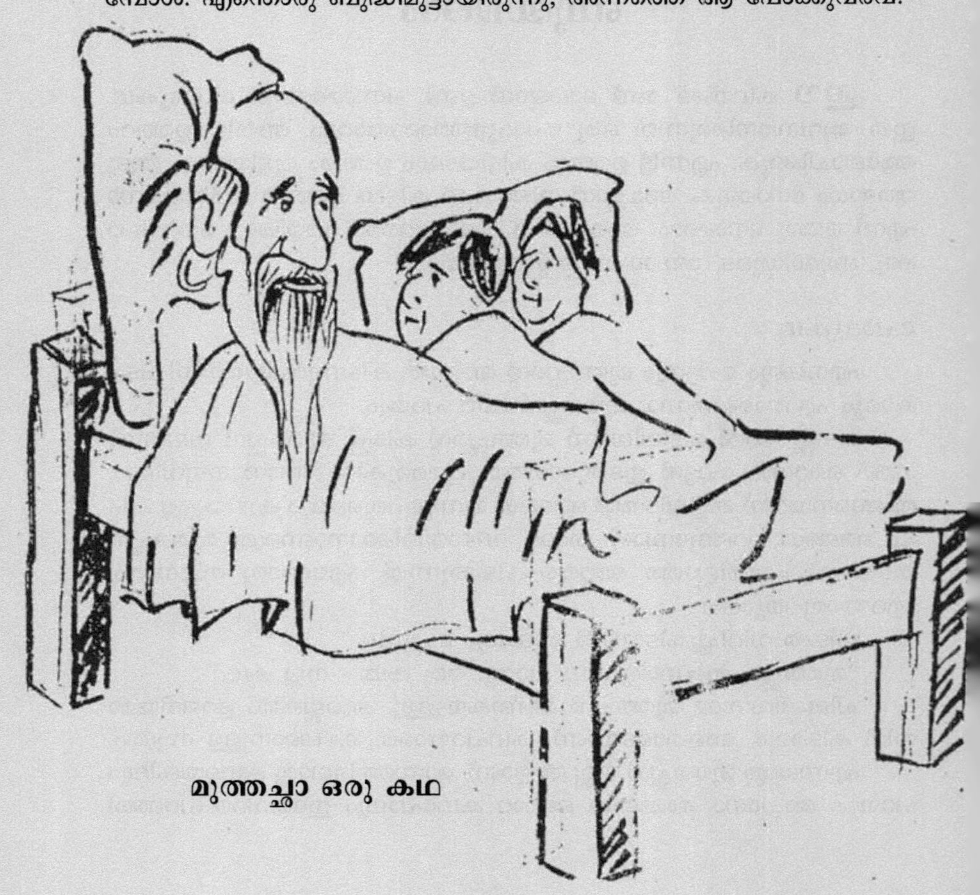

മുത്തച്ഛാ ഒരു കഥ

നമ്മുടെ താഴത്തെ പുഴ കടന്നാൽ പിന്നെയും പോകണം ആറേഴ് കി. മീ. കാട്ടുപറമ്പിലെത്താൻ.

ഇന്നത്തെ മാതിരി നല്ല വഴികളൊന്നുമില്ല അന്ന്. മുഴുവൻ കുണ്ടനിടവഴികളാണ്. എന്തൊരു വിഷമമാണെന്നോ നടക്കാൻ. മഴക്കാലമായാൽ പിന്നെ പറയുകയും വേണ്ട. വഴിമുഴുവൻ ചളിപിളിതന്നെ. കൂർത്ത മുനയുള്ള കല്ലുകളിൽ ചവിട്ടുമ്പോൾ കാലിൽ ഇരുമ്പാണി തറയ്ക്കുന്നതു പോലെ തോന്നും. അന്നൊക്കെ പാവങ്ങളുടെ സങ്കടം ആരോട് പറയാൻ? സായ്പും രാജാവും ദിവാനും ഒക്കെക്കൂടിയാണ് രാജ്യഭരണം. ഇല്ലാത്തവരുടെ കഷ്ടപ്പാടൊന്നും അവർ ശ്രദ്ധിച്ചിരുന്നില്ല.

എന്നാലോ? എത്ര ബുദ്ധിമുട്ടാണെങ്കിലും ശങ്കുനായർ എന്നും കിഴക്കോട്ടു പോകും. പറമ്പിൽ എന്തെങ്കിലും പണിയുണ്ടാവും, ഏതു കാലത്തും.

വേനൽക്കാലത്താണെങ്കിൽ തേക്കാണ് ജോലി. ആഴമേറിയ കിണറ്റിൽ നിന്ന് വെള്ളം വലിച്ചെടുത്ത് മുകളിലെത്തിക്കലാണ് തേക്ക്. മുകളിലെത്തുന്ന വെള്ളം വാഴയുടെ കടയ്ക്കലേക്ക് ചാലു കീറി എത്തിക്കും. ഏത്തവാഴയും പച്ചക്കറികളും നനച്ചില്ലെങ്കിൽ ഉണങ്ങിപ്പോവില്ലേ?

പുതുമഴ പെയ്താൽ തേക്ക് നിറുത്താം. പിന്നെ നിരപ്പില്ലാത്ത കുന്നിൻചെരുവിൽ കപ്പ നട്ടുതുടങ്ങും. നല്ല വളക്കൂറുള്ള സ്ഥലത്ത് നെല്ല് വിതയ്ക്കും.

കാട്ടുപറമ്പിന്റെ തൊട്ടുമുകളിലെല്ലാം കുറ്റിക്കാടാണ്. അതിനപ്പുറം വനാന്തരം. അതുകാരണം എന്തു കൃഷി ചെയ്താലും മുഴുവൻ ഫലം കിട്ടില്ല. കാട്ടുമൃഗങ്ങളുടെ ശല്യം അത്രയ്ക്കുണ്ടായിരുന്നു, രാത്രി കാലങ്ങളിൽ. ഇതാ കേട്ടോളൂ.

കപ്പ വളർന്നു വലുതായാൽ രാത്രി പന്നിക്കൂട്ടം വന്ന് അതൊക്കെ കുത്തി നശിപ്പിച്ചുതുടങ്ങും. അപ്പോൾ ശങ്കുനായർ ഒരു കാര്യം ചെയ്യും. മുഴുവൻ മൂപ്പെത്തുംമുമ്പെ കപ്പക്കിഴങ്ങ് വലിക്കാൻ തുടങ്ങും. കുറേശ്ശ വലിച്ചെടുത്ത് വൈകുന്നേരം മടങ്ങുമ്പോൾ വീട്ടിലേക്ക് കൊണ്ടുപോകും. പന്നി തിന്ന് നശിപ്പിക്കരുതല്ലൊ. പാടുപെട്ട് നട്ടുണ്ടാക്കിയല്ലേ?

അങ്ങനെ ഒരുദിവസം ശങ്കുനായർ കാട്ടുപറമ്പിൽ നിന്നും മടങ്ങുകയായിരുന്നു. തലയിൽ കഷ്ടിച്ച് ഒരു വട്ടക്കുട്ട നിറയെ കപ്പക്കിഴങ്ങുണ്ട്. മുമ്പിൽ പശുക്കുട്ടിയെ നടത്തി. കൂടാതെ ഒരാട്ടിൻകുട്ടിയുമുണ്ട് ശങ്കുനായർക്ക് തുണ.

ആട്ടിൻകുട്ടി എപ്പോഴും ശങ്കുനായർക്ക് പിമ്പെ. ശങ്കുനായരുടെ പുറകിൽ നിന്ന് അത് മാറുകയില്ല. അത്രക്കിഷ്ടമാണ് അവർ തമ്മിൽ.

എന്നാലോ പശുക്കുട്ടി ഒരസത്താണ്. തരം കിട്ടിയാൽ അത് ആട്ടിൻകുട്ടിയെ കുത്തും. തൽസമയം ആട്ടിൻകുട്ടിക്കെതിർക്കാൻ ശക്തിയില്ലാത്തതുകൊണ്ട് അത് നിലവിളിച്ചോടും.

അതുകൊണ്ടാണ് ശങ്കുനായർ പശുക്കുട്ടിയെ മുമ്പിലും കുഞ്ഞാടിനെ പിന്നിലും നടത്തിയത്. അപ്പോൾ, ആട്ടിൻകുട്ടിക്ക് ഭയപ്പെടേണ്ടതി

ല്ല. തലയിൽ ഭാരവുമായി നടുക്ക് ശങ്കുനായരുണ്ടല്ലോ ആട്ടിൻകുട്ടിയുടെ രക്ഷയ്ക്ക്.

പകുതി വഴി എത്തിയപ്പോൾ തുടങ്ങി മഴ. പെരുംമഴ.

പുഴക്കരയിലെത്തുമ്പോഴേക്കും ശങ്കുനായർ നന്നേ ക്ഷീണിച്ചു. ഭാഗ്യത്തിന് മഴ ഒന്ന് തോർന്നു. എങ്കിലും മഴക്കാറ് കാട്ടാനക്കൂട്ടം മാതിരി ഓടി നടക്കുകയാണ്. ആകാശത്ത് നക്ഷത്രങ്ങളൊന്നും തെളിഞ്ഞു കണ്ടില്ല. പാവം ശങ്കുനായരും ആട്ടിൻകുട്ടിയും അസത്തു പശുക്കുട്ടിയും എല്ലാം തണുത്ത കാറ്റേറ്റപ്പോൾ വിറച്ചു. മഴ നനഞ്ഞു കുതിർന്ന ദേഹത്തിൽ കാറ്റടിക്കുമ്പോൾ ആരാണ് വിറയ്ക്കാതിരിക്കുക.

പുഴയിൽ നല്ല ഒഴുക്കുണ്ട്. വെള്ളം കലങ്ങിമറിഞ്ഞ് ആരവത്തോടെ കുതികുതിച്ച് ഓടി ഒഴുകുന്നു. എന്തായാലും പുഴയുടെ കിഴക്കെക്കരയിൽ നിന്നിട്ടെന്തു കാര്യം? വേഗം പടിഞ്ഞാറെക്കരയിലെത്തണം. അതിനൊരു കൊച്ചു തോണിയാണുള്ളത്. എല്ലാം കയറ്റി അക്കരയ്ക്ക് തുഴഞ്ഞാൽ തോണി മുങ്ങും. അത് തീർച്ചയാണ്. ഏതെങ്കിലും ഒന്നേ (ആട്ടിൻകുട്ടിയോ പശുക്കുട്ടിയോ കപ്പക്കിഴങ്ങോ — മാത്രമേ) ഒരു യാത്രയിൽ ശങ്കുനായരുടെ കൂടെ തോണിയിൽ ഉണ്ടാവാൻ പാടുള്ളൂ. ഭാരം തോണിയിൽ അധികമായാൽ ആപത്താണ്. ഓരോ സാധനം പടിഞ്ഞാറെക്കരയിൽ എത്തിക്കാമെന്നു വെച്ചാൽ അതും ബുദ്ധിമുട്ടാണ്. പശുക്കുട്ടിയും കപ്പക്കിഴങ്ങും കിഴക്കേക്കരയിൽ തനിച്ചായാൽ കപ്പക്കിഴങ്ങു മുഴുവൻ പശുക്കുട്ടി തിന്നില്ലേ? ആട്ടിൻ കുട്ടിയേയും പശുക്കുട്ടിയേയും ഒന്നിച്ചു നിർത്തിയാൽ പശുക്കുട്ടി ആട്ടിൻകുട്ടിയെ കുത്തി പുഴയിലേക്ക് തള്ളിയിടില്ലേ? ഇവ്വിധം പരിഭ്രമിച്ച് ശങ്കുനായർ ആകെക്കുഴങ്ങി.

ഇത്രയും പറഞ്ഞ് ഞങ്ങളോട് മുത്തച്ഛൻ ചോദിച്ചു: "നിങ്ങളാണെങ്കിൽ എങ്ങനെ അപകടം കൂടാതെ പുഴ കടക്കും? ആലോചിക്കുവിൻ".

ഉത്തരകഥ

ആദ്യം ചേട്ടൻ മുത്തച്ഛനോട് പറഞ്ഞു:

"ശങ്കുനായർ കപ്പക്കിഴങ്ങുംകൊണ്ട് അക്കരയ്ക്ക് പോകുക."

ചേട്ടൻ പറഞ്ഞവസാനിക്കും മുമ്പെ മുത്തച്ഛൻ:

"എടാ, മണ്ടച്ചാരെ, അപ്പോൾ പശുക്കുട്ടിയും ആടും കിഴക്കെക്കരയിൽ തനിച്ചാവില്ലേ? പശുക്കുട്ടി പാവം ആട്ടിൻകുട്ടിയെ കുത്തിമറിച്ചിടില്ലെ?"

അപ്പോൾ ഞാൻ ചോദിച്ചു: "ആട്ടിൻ കുട്ടിയേയും കൂട്ടി കപ്പക്കിഴങ്ങിനോടൊപ്പം തോണിയിൽ കയറിയാലെന്താ?"

"ഭാരം കൂടി തോണി മുങ്ങും, അത്രതന്നെ. ശങ്കുനായരും ഏതെങ്കിലും ഒരു സാധനം ഒന്നേ ഒന്ന് -- മാത്രമേ പാടുള്ളൂ തോണിയിൽ." മുത്തച്ഛൻ വിശദീകരിച്ചു.

"അപ്പോ പിന്നെ?" ഞാൻ ചോദിച്ചു.

യാത്ര

"ആലോചിച്ചു നോക്കി നിങ്ങൾ തന്നെ പറയിൻ" മുത്തച്ഛൻ ആവശ്യപ്പെട്ടു.

പെട്ടെന്ന് ചേട്ടൻ പറഞ്ഞു:

"ആദ്യം ആടിനെ കൊണ്ടുപോകുക."

"അതും തെറ്റ്" മുത്തച്ഛൻ പറഞ്ഞു. "എടാ വിഡ്ഢ്യാനെ നീ, പറഞ്ഞമാതിരി ആണെങ്കിൽ പുഴയുടെ കിഴക്കേക്കരയിൽ പശുക്കുട്ടിയും കപ്പക്കിഴങ്ങും തനിച്ചാവില്ലെ? അസത്ത് പശുക്കുട്ടി കപ്പക്കിഴങ്ങ് തിന്നു നാശമാക്കില്ലെ?"

ഇതുകേട്ട് ഞാൻ പൊടുന്നനെ ഒരു ചോദ്യം:

"ആദ്യം പശുക്കുട്ടിയെ അക്കരെ കൊണ്ടുപോവുകയാണെങ്കിലോ"

മുത്തച്ഛൻ കുടുകുടാ ചിരിയോടെ മറുചോദ്യം എടുത്തിട്ടു:

"എന്നിട്ടോ?"

ഞാൻ വാശിയോടെ പറഞ്ഞു: "രണ്ടാമതായി കപ്പക്കിഴങ്ങ് അക്കരെകൊണ്ടുപോകണം. തിരിച്ചുവന്നു മൂന്നാമത്...."

മുത്തച്ഛൻ സമ്മതിച്ചില്ല. പൊട്ടിച്ചിരിച്ചുകൊണ്ട് മുത്തച്ഛൻ ചോദിച്ചു-

"മൂന്നാമത് വരുംമുമ്പ് പശുക്കുട്ടി അക്കരെയുള്ള കപ്പക്കിഴങ്ങ് തിന്ന് തീർക്കില്ലെ?" എങ്കിൽ രണ്ടാമത് ആട്ടിൻകുട്ടിയുമായി പോയാലോ? ചേട്ടൻ ചോദിച്ചു.

"അതും പറ്റില്ല. മൂന്നാമത് കപ്പക്കിഴങ്ങെടുക്കാൻ വരുമ്പോഴേക്കും പശുക്കുട്ടി ആട്ടിൻകുട്ടിയെ കുത്തിമറിച്ചിട്ടിരിക്കും."

"എന്നാൽ മുത്തച്ഛൻ തന്നെ പറഞ്ഞുതരൂ. ഞങ്ങൾക്കറിഞ്ഞുകൂടാ. എങ്ങനെ ശങ്കുനായർ പുഴ കടന്നു? അതോ അദ്ദേഹം അന്ന് പുഴയിൽ മുങ്ങി മരിച്ചോ?" ഞാൻ ചോദിച്ചു.

"പിന്നെ, മരിക്കുന്നു?" മുത്തച്ഛൻ വീണ്ടും പറഞ്ഞുതുടങ്ങി.

"ശങ്കുനായർ എത്ര ബുദ്ധിമാനായിരുന്നെന്നോ? അങ്ങോർ ആലോചിച്ചു നോക്കിയപ്പോൾ പെട്ടെന്നൊരുപായം തോന്നി. അതുപ്രകാരം പ്രവർത്തിച്ചു.

"ആദ്യം അസത്ത് പശുക്കുട്ടിയെ അക്കരെ (പടിഞ്ഞാറെക്കരയിൽ) കൊണ്ടുപോയി. ആട്ടിൻകുട്ടിയും കപ്പക്കിഴങ്ങും കിഴക്കെക്കരയിൽ, അതുകൊണ്ട് കുഴപ്പമില്ല. കപ്പക്കിഴങ്ങ് ആട്ടിൻകുട്ടി തിന്ന് നശിപ്പിക്കില്ലല്ലോ?

"രണ്ടാമത് തോണി വീണ്ടും കിഴക്കേക്കരയിൽ കൊണ്ടുവന്നു. കപ്പക്കിഴങ്ങെടുത്ത് പടിഞ്ഞാറെക്കരയിൽ കൊണ്ടുപോയി. പക്ഷേ ശങ്കുനായർ ഒരു കാര്യംകൂടി ചെയ്തു. വീണ്ടും തിരിച്ച് കിഴക്കേക്കരയിലേയ്ക്ക് പോയപ്പോൾ ആദ്യം പടിഞ്ഞാറെക്കരയിൽ കൊണ്ടാക്കിയ പശുക്കുട്ടിയെ വീണ്ടും കിഴക്കേക്കരയിലേക്കു കൊണ്ടുപോയി. എന്നിട്ട് മൂന്നാമത്തെ പ്രാവശ്യം ആട്ടിൻ കുട്ടിയെ പടിഞ്ഞാറെക്കരയിലേക്കെത്തിച്ചു. ഇപ്പോൾ ആടും കപ്പയും എത്തേണ്ടിടത്തെത്തിച്ചല്ലോ. ഇനി പശുക്കുട്ടി മാത്രമുണ്ട്. കിഴക്കേക്കരയിൽ.

"അവസാനം ശങ്കുനായർ പശുക്കുട്ടിയേയും കിഴക്കേക്കരയിൽ വന്ന്

പുഴ കടന്നതെങ്ങനെ?

തോണിയിൽ കയറ്റി പടിഞ്ഞാറെക്കരയിലെത്തിച്ചു.

"അങ്ങനെ അപകടം കൂടാതെ ശങ്കുനായർ പുഴ കടന്നു. ആലോചിച്ചു പ്രവർത്തിച്ചാൽ പലപ്പോഴും അത്യാപത്തൊഴിവാക്കാം."

"അതിന് ബുദ്ധിവേണം," ചേട്ടൻ പറഞ്ഞു.

ഞാൻ ഉറങ്ങുന്നതുവരെ ശങ്കുനായരുടെ ഉപായത്തെപ്പറ്റി ആലോചിച്ചുകൊണ്ട് കിടന്നു.

ശങ്കുനായർ എത്ര ബുദ്ധിമാനായിരുന്നു! ചേട്ടനും എനിക്കും ബുദ്ധിമാന്മാരാവണം. വലുതാവട്ടെ.

ലീലേച്ചി

എത്ര നല്ല ആളാണ് ലീലേച്ചി! ഒരിക്കലെങ്കിലും ദേഷ്യം വന്ന് കണ്ടിട്ടില്ല. എപ്പോഴും ചിരിച്ചുകൊണ്ടേ സംസാരിക്കൂ. കുട്ടികളോടും ചെടികളോടുമാണ് ചേച്ചിയുടെ സ്നേഹം മുഴുവൻ.

തനിക്ക് ചേച്ചി എന്തെല്ലാം ചെയ്തുതരുന്നു. ഓരോ ആഴ്ചയും മുഷിഞ്ഞ ഉടുപ്പുകൾ മുഴുവൻ അലക്കി വൃത്തിയാക്കിത്തരും. സ്കൂളുള്ള ദിവസം ഒമ്പതു മണിയായാൽ മതി, അപ്പോൾ വിളിക്കും.

“ബിന്ദൂ വരൂ. കളി മതി, ഇനി കുളിക്കാം.”

ചേച്ചിയുടെ വിളികേട്ടാൽ ഓടിച്ചെന്ന് കെട്ടിപ്പിടിച്ച് ഒരുമ്മ വെക്കാൻ തോന്നും. അത്രസ്നേഹത്തിലാണ് പാട്ടുപാടുന്ന ആ വിളി.

കുളിച്ചുകഴിഞ്ഞാൽ മുടിചീകലായി. കണ്ണെഴുതിക്കലായി. പിന്നെ പൗഡറിട്ട് പൊട്ടും തൊട്ടു തരും. എന്നിട്ട് അലക്കിത്തേച്ച ഉടുപ്പെടുത്തിട്ടു തരും. ചേച്ചി അലക്കിത്തേച്ച ഉടുപ്പിന്മേൽ ഇളം വെയിലടിക്കുമ്പോൾ അത് തിളങ്ങും.

മുടക്കുദിവസം ചേച്ചി പാട്ടു പാടിത്തരും. കഥ പറയും. നേരം കിട്ടിയാൽ കൂടെ കളിക്കാനും വരും. ആകപ്പാടെ ബഹുരസമായിരിക്കും അന്ന്.

ഇതൊക്കെ ആണെങ്കിലും ചേച്ചിയോട് അമ്മയ്ക്ക് അത്ര ഇഷ്ടമല്ല. ഇടയ്ക്കൊക്കെ എന്തെങ്കിലും ചെയ്തത് ശരിയായില്ലെന്നു പറഞ്ഞ് ദേഷ്യപ്പെടും അമ്മ. അച്ഛൻ ചേച്ചിയോട് ആഴ്ചയിലൊരിക്കലെങ്ങാനും മിണ്ടിയാലായി!

വീട്ടിലെ ജോലി മുഴുവൻ ലീലേച്ചി ചെയ്യണം.

ഒമ്പതു മണിയായാൽ അച്ഛനും അമ്മയും ഓഫീസിൽ പോകും. താൻ സ്കൂളിൽ പോയാൽ പിന്നെ ചേച്ചി തനിച്ചായി. ഊണൊരുക്കലും വീട്ടുകാവലുമായികഴിയും ദിവസം മുഴുവൻ.

"അച്ഛനും അമ്മയ്ക്കും അടുക്കളപ്പണി ചെയ്താലെന്താ?"- ഒരു ദിവസം ബിന്ദു ചേച്ചിയോടു ചോദിച്ചു.

അന്ന് ചേച്ചി പറഞ്ഞു: - "പെണ്ണുങ്ങളല്ലെ അടുക്കള ജോലി ചെയ്യാ?"

"ആണങ്ങൾക്ക് എന്താ ചെയ്താൽ? അല്ലെങ്കിൽ രണ്ടുപേർക്കും ചെയ്യാമല്ലോ അല്ലെ? അമ്മ പെണ്ണല്ലേ?"

അപ്പോൾ ചേച്ചിക്കുത്തരം മുട്ടി. മിണ്ടിയില്ല.

ഓഫീസ് വിട്ട് വന്നാലെങ്കിലും ചേച്ചിയെ ഒന്ന് സഹായിക്കാൻ അച്ഛനോ അമ്മയോ ചെല്ലില്ല. ഓഫീസ് കാര്യങ്ങളെപ്പറ്റി സൊള്ളു പറഞ്ഞു ചിരിച്ചുകൊണ്ടിരിക്കും അവർ.

ചേച്ചി ഇങ്ങനെ ബുദ്ധിമുട്ടാൻ തുടങ്ങിയിട്ട് അഞ്ചാറു വർഷമായി. തനിക്കു മൂന്നു വയസുള്ളപ്പോഴാണത്രെ ചേച്ചി ഇങ്ങോട്ടു വന്നത്.

ചീത്ത കേട്ടാലൊന്നും ചേച്ചിക്ക് പരിഭവമില്ല. എന്നാൽ ഇന്നലെ ചേച്ചി കരയുന്നതു കണ്ടു. ആദ്യമായിട്ടാണ് ആ സങ്കടം കാണേണ്ടിവന്നത്. ബിന്ദുവിന് ആ നിമിഷം മരിച്ചാലും മറക്കാനാവില്ല.

തന്റെ സ്കൂളിൽ പഠിക്കുന്ന രാധയാണ് കാരണം. ആ കുട്ടി എന്തിനേ വന്നത്? ചോദിച്ചുനോക്കി. എന്തു കാര്യം? പറഞ്ഞില്ല. പത്താം തരത്തിൽ പഠിക്കുന്നവർക്ക് അഞ്ചാം തരത്തിൽ പഠിക്കുന്നവർ ചോദിച്ചാൽ നിസാരമായിരിക്കും; കളിയായിരിക്കും. പോരെങ്കിൽ വലിയ ഡീസന്റുകാരിയാണ് ആ കുട്ടി.

അഞ്ചാം തരംവരെ ചേച്ചിയുടെ ഒപ്പം പഠിച്ചതാണത്രെ ആ കുട്ടി! അന്ന് ക്ലാസിൽ വെച്ചേറ്റവും മിടുക്കത്തിയായിരുന്നു ലീലേച്ചി.

കഷ്ടം! ചേച്ചിയുടെ അച്ഛൻ മരിച്ചില്ലെങ്കിൽ പഠിപ്പ് മുടങ്ങില്ലായിരുന്നു; തന്റെ വീട്ടിൽ വേലക്കാരിയായി വരില്ലായിരുന്നു.

അതൊക്കെ ഓർത്തിട്ടായിരിക്കും ചേച്ചി ഇന്നലെ കരഞ്ഞത്. അതാണോ? ആർക്കറിയാം? എന്തിന് കരയുന്നു എന്ന് ചോദിച്ചപ്പോൾ ഒന്നുമില്ല മോളെ എന്നു മാത്രമാണ് തേങ്ങലോടെ പറഞ്ഞത്. വിക്കിവിക്കിപ്പറഞ്ഞ ആ വാക്കുകൾ!

ഏതായാലും വലുതാവട്ടെ. അച്ഛനെപ്പോലെ താനും ഓഫീസറാവുമ്പോൾ ചേച്ചിയെ പഠിപ്പിക്കണം. അന്നെന്തൊരു കളിചിരിയായിരിക്കും ചേച്ചിക്ക്.

ഇങ്ങനെ വിചാരിച്ചുകൊണ്ട് ബിന്ദു കൊഴിഞ്ഞുവീഴാൻ കാത്തിരിക്കുന്ന ഒരു അശോകപുഷ്പത്തിലേക്ക് നോക്കിയിരിക്കുമ്പോൾ ലീലേച്ചിയുടെ അമ്മ പടികടന്നു വന്നു.

"ഏമാൻ വന്നില്ലെ?" ആ വൃദ്ധ ചോദിച്ചു. എന്റെ മോൾ-"

"ഇപ്പോൾ വിളിച്ചുകൊണ്ടുവരാം" എന്നു പറഞ്ഞ് ബിന്ദു അകത്തേക്കോടി. അവൾ ലീലേച്ചിയോട് പറഞ്ഞു.

"ചേച്ചിയുടെ അമ്മ വന്നിരിക്കുന്നു."

അച്ഛനും അമ്മയും അതുകേട്ടു.

അവർ നടപ്പുരയിലേക്കു ചെന്നു.

ലീലേച്ചി യാത്ര ചോദിക്കുന്നു

"എന്താ തള്ളെ?" - അച്ഛൻ ചോദിച്ചു.

"ഏമാനോട് ഒരു കാര്യം പറയാൻ വേണ്ടി"

"എന്താ?"

"കഴിഞ്ഞ മാസം പറഞ്ഞില്ലെ ഞാൻ — ലീലയ്ക്ക് വല്ലതും കൂട്ടി ത്തരണം. അല്ലെങ്കിൽ അവൾ ഓട്ടു കമ്പിനിയിൽ പോകട്ടെ എന്നു വിചാരിക്കാ. നല്ല കൂലിയാണത്രെ അവിടെ."

"ഇതാണോ കാര്യം! അങ്ങനെയാണെങ്കിൽ മോളെ വേഗം കൊണ്ടു പൊയ്ക്കൊള്ളൂ. ഞങ്ങൾക്ക് വേറെ ആളെക്കിട്ടും." - അമ്മയാണ് പറഞ്ഞത്.

അല്ലെങ്കിലും അമ്മയ്ക്ക് ചേച്ചിയോട് ഇഷ്ടമില്ല. പക്ഷേ ഞാൻ സമ്മതിക്കില്ല. ചേച്ചി പോയാൽ ഞാനും പോകും. അതുകൊണ്ട് ബിന്ദു അച്ഛനോട് പറഞ്ഞു:

"നല്ല ആളാണച്ഛാ ചേച്ചി. ചേച്ചിയെ പറഞ്ഞു വിടരുത്."

"നിന്നെ ഇവിടെ ആരാനും വിളിച്ചോ? പോയി പുസ്തകം എടുത്തു വായിച്ചോളൂ. കുട്ടിയുടെ തോന്ന്യാസം — ദേ ചൂരക്കോല് ഇരിപ്പുണ്ട് അകത്ത്," അമ്മ മോളെ നോക്കി കണ്ണുരുട്ടി.

"ശമ്പളം കൂടുതൽ തരാൻ പറ്റില്ല." അച്ഛൻ തീർത്തുപറഞ്ഞു.

"എന്നാൽ അവള് ഇപ്പോൾത്തന്നെ പോന്നോട്ടെ."

ലീലേച്ചിയുടെ അമ്മ ഉറപ്പിച്ചു പറഞ്ഞു.

അച്ഛൻ കണക്കൊക്കെ നോക്കി. ശമ്പളം മുഴുവൻ തീർത്തുകൊടുത്തു. ലീലേച്ചി പോകാൻ യാത്രയായി.

"ബിന്ദുമോളെ കാണാൻ ചേച്ചി വല്ലപ്പോഴും വരാം"

ബിന്ദുവിന്റെ കണ്ണുകൾ നിറഞ്ഞു.

"ദാ ഈ പെണ്ണ് കണ്ണുനിറയ്ക്കുന്നതു കണ്ടോ?" അമ്മ പറഞ്ഞു.

"നിന്റെ ആരാ അവൾ?"

"മോളേ, എന്നും ആ പെണ്ണിവിടെ നിൽക്കുമോ?' നമ്മുടെ വീട്ടിലെ ആരാനും ആണോ അവൾ?" - അച്ഛൻ ആശ്വസിപ്പിച്ചു.

അമ്മ നമ്മുടെ വീട്ടിലെ ആണോ? അമ്മയുടെ വീട്ടിലേക്ക് അമ്മയെ പറഞ്ഞുവിടാത്തതെന്താ അച്ഛൻ? എന്ന് ചോദിക്കണമെന്ന് തോന്നി ബിന്ദുവിന്.

പക്ഷേ സങ്കടംകൊണ്ട് അവൾക്ക് മിണ്ടിക്കൂടാ.

കലങ്ങിച്ചുവന്ന് നനഞ്ഞ കണ്ണുകളുമായി ലീലേച്ചിയെപ്പറ്റി ഓർത്തു കൊണ്ട് അവൾ കിടന്നു. ഉറങ്ങിയപ്പോൾ വളരെ വൈകി.

നേരം വെളുത്തപ്പോൾ ബിന്ദുവിന്റെ വിചാരം ലീലേച്ചിയെ കുറിച്ചു തന്നെയായിരുന്നു. ശനിയാഴ്ചയായതുകൊണ്ട് സ്കൂളില്ല. അച്ഛൻ മാത്രമെ ഓഫീസിൽ പോയുള്ളൂ. അമ്മ ലീവെടുത്തു. വീട്ടിലാളില്ലാത്തതുകൊണ്ട്.

ബിന്ദു അന്ന് കളിച്ചില്ല. കുളിച്ചില്ല. മുഷിഞ്ഞ ഉടുപ്പ് മാറ്റിയില്ല. ലീലേച്ചിയുടെ പൂന്തോട്ടത്തിൽ നിന്ന് അവൾ ആലോചിച്ചു. ഈ ചെടികൾക്കൊക്കെ വെള്ളമൊഴിക്കാനും വളമിടാനും ഇനി ആരാണ്?

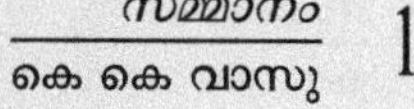

കരയേണ്ട മോളേ

ചെടികളുടെ ഇളം ചില്ലകളിലും പൂക്കുലകളിലും പതിവിൻപടി തുമ്പികൾ വന്നിരുന്നു. അവയെ പിടിക്കണമെന്നുണ്ട്. പക്ഷേ ആവുന്നില്ല. കൈയടുത്തെത്തുമ്പോഴേക്കും പറന്നുപോകുന്ന തുമ്പികൾ. ലീലേച്ചി തുമ്പിയെ പിടിച്ചുതരാറുണ്ട്. കല്ലെടുക്കാൻ പറഞ്ഞ് കളിപ്പിക്കാറുണ്ട്. കുറെ കഴിഞ്ഞാൽ തുമ്പിയെ വിട്ടുകളയും ചേച്ചി. നിരുപദ്രവിയായ ഒരു ജീവിയേയും അധികം കഷ്ടപ്പെടുത്തരുതെന്നാണ് ചേച്ചി ഉപദേശിക്കാറ്.

ഇപ്പോഴെവിടെയായിരിക്കും ചേച്ചി? ഓട്ടു കമ്പനിയിൽ! ഏതായാലും ചേച്ചിയെ കാണാതെ ഊണുകഴിക്കാനോ, ഉറങ്ങാനോ, കുളിക്കാനോ, കളിക്കാനോ, നിൽക്കാനോ, ഇരിക്കാനോ പറ്റുന്നില്ല ബിന്ദുവിന്.

ചേച്ചിയെ കാണാനെന്തു വഴി?

പെട്ടെന്നവൾക്കു തോന്നി.

അമ്മ അടുക്കളയിലാണ്. ഇതുതന്നെ നല്ല നേരം.

അവൾ ആരാരും കാണാതെ മെല്ലെ പടികടന്നു റോഡിലേക്കിറങ്ങി. പിന്നെ ഓട്ടമായി.

അമ്മ തന്നെ കാണാതാവുമ്പോൾ വ്യസനിക്കും, പരിഭ്രമിക്കും. പരക്കം പാച്ചിലും കരച്ചിലുമാവും. അമ്മയും കുറെ കരയട്ടെ.

ഓടിയും നടന്നും ബിന്ദു കരിങ്കൽ കഷണങ്ങൾ വിരിച്ച ടാറിട്ട കറുത്ത റോഡിലെത്തി. ബസോടുന്ന വഴിയാണത്. വലത്തോട്ടും ഇടത്തോട്ടും വഴി പോകുന്നുണ്ട്, എങ്ങോട്ട് പോയാലാണ് ഓട്ടു കമ്പനിയിലെത്തുക.

പകച്ചു നിൽക്കുന്ന കുട്ടിയെ കണ്ട് ബസ് കാത്തുനിൽക്കുന്ന വൃദ്ധൻ ചോദിച്ചു:

"എന്താ കുട്ടിക്ക് വേണ്ടെ?"

"ലീലേച്ചിയെ കാണണം"

"എവിടെയാണ് ചേച്ചി?"

"ഓടുണ്ടാക്കുന്ന കമ്പനിയിൽ. അങ്ങോട്ട് ഒന്ന് എത്തിയാൽ മതി."

"എന്തേ കുട്ടി തനിച്ച്? മുതിർന്നവർ; വഴിയറിയുന്നവരാരും ഇല്ലെ വീട്ടിൽ?"

അതിന് ഉത്തരമില്ല. ബിന്ദു കരയാൻ തുടങ്ങി.

"കരയേണ്ട മോളെ കമ്പനിയിൽ ഞാൻ എത്തിച്ചു തരാം." വൃദ്ധൻ ആശ്വസിപ്പിച്ചു.

ബസുവന്ന് അതിൽ കയറി വൃദ്ധനും ബിന്ദുവും കമ്പനിയിലെത്തി.

ലീലേച്ചിയെ അവിടെയെങ്ങും കണ്ടില്ല. ബിന്ദു പരിഭ്രമിച്ചു. പേടിച്ചു. അവൾ വീണ്ടും കരയാൻ തുടങ്ങി.

വൃദ്ധനും കാര്യമറിയാതെ കുഴപ്പത്തിലായി. ഒടുവിൽ കമ്പനി മാനേജരുടെ അടുത്ത് കുട്ടിയെ ഏൽപ്പിച്ചു വൃദ്ധൻ പോയി. മാനേജരെ ബിന്ദു അറിയും, അച്ഛനോടൊപ്പം വീട്ടിൽ ഇടയ്ക്കിടെ വരാറുള്ള ആളാണദ്ദേഹം.

അദ്ദേഹം വിവരങ്ങൾ പലതും ചോദിച്ചു. അതിനൊക്കെ തേങ്ങിക്ക

രച്ചിലുമാത്രം മറുപടി.

കാപ്പി കൊണ്ടുവന്നു കൊടുത്തു. അവൾ കുടിച്ചില്ല.

ഉടൻ മാനേജർ ബിന്ദുവിന്റെ അച്ഛന്റെ ഓഫീസിൽ ടെലിഫോണിലൂടെ വിവരം അറിയിച്ചു.

അരമണിക്കൂറിനകം കമ്പനിയുടെ മുൻപിൽ ഒരു കാർ വന്നുനിന്നു. ബിന്ദുവിന്റെ അച്ഛനും അമ്മയും മാനേജരുടെ മുറിയിലേക്കോടിയെത്തി.

"ന്റെ മോളെ!" അമ്മ ബിന്ദുവിനെ കെട്ടിപ്പിടിച്ചു. അമ്മയുടെ ദേഹം മുഴുവൻ വലിയ വിയർപ്പു തുള്ളികൾ കണ്ണുകൾ കലങ്ങി ചുവന്നിട്ടുണ്ട്.

"കുട്ടിയെ കാണാനില്ല എന്നു പറഞ്ഞ് വീട്ടിൽ കൂട്ടനിലവിളിയായിരുന്നു. ഓഫീസിൽ നിന്ന് ആൾ വരുംവരെ എന്റെ ഉള്ളിൽ തീയായിരുന്നു." അമ്മ പറഞ്ഞു.

അച്ഛനും അമ്മയും മാനേജരും കൂടി പിന്നേയും എന്തൊക്കെയോ സംസാരിച്ചു. ബിന്ദുവിന് അതിലൊന്നും ശ്രദ്ധയില്ല. ലീലേച്ചിയെ കാണണമെന്നു പറഞ്ഞ് വാശിപിടിച്ച് കരയുകയാണവൾ.

അവസാനം അച്ഛൻ 'മോളേ വാ' എന്നു പറഞ്ഞ് ബിന്ദുവിനെ എടുത്ത് കാറിൽ കയറ്റി. മുൻ സീറ്റിൽത്തന്നെ മാനേജരും കയറി. പിൻസീറ്റിൽ അമ്മയും. ബിന്ദുവിന് അപരിചിതമായ വഴിയിലൂടെ കാറ് ഓടിത്തുടങ്ങി.

ഒടുവിൽ മുളയഴികൾ വെച്ചുകെട്ടിയ ഒരു പടിയുടെ മുമ്പിലെത്തിയപ്പോൾ കാർ നിർത്തി. എല്ലാവരേയും കൂടി കണ്ടപ്പോൾ ലീലയും ആ കുട്ടിയുടെ വയസായ അമ്മയും അത്ഭുതപ്പെട്ടു. വിശേഷങ്ങളൊക്കെ കേട്ട ശേഷം ലീലയുടെ അമ്മ പറഞ്ഞു:

"കമ്പിനിയിൽ പോവാൻ പറഞ്ഞപ്പോൾ ഈ പെണ്ണിരുന്ന് കരച്ചിലായിരുന്നു. ഇന്നലെ ഉറക്കത്തില് ബിന്ദു, ബിന്ദു, എന്ന് രണ്ടുമൂന്നു പ്രാവശ്യം വിളിക്കുന്നതും കേട്ടു."

"ഇനി ഞാനില്ല. അച്ഛൻ പൊയ്ക്കോളൂ." ബിന്ദു പറഞ്ഞു.

മാനേജർ എന്തോ ആലോചിച്ചുകൊണ്ട് ആരോടൊന്നില്ലാതെ പറഞ്ഞു. "കുട്ടികൾക്കായാലും സ്നേഹമുള്ളിടത്തേ സുഖം കാണൂ."

ബിന്ദുവിനൊന്നും മനസിലായില്ല. അമ്മയും മിണ്ടാതെ നിൽക്കുകയാണ്.

അച്ഛൻ ലീലേച്ചിയുടെ അമ്മയെ നോക്കിപ്പറഞ്ഞു: "എന്തായാലും ലീല ഇപ്പോൾത്തന്നെ ഞങ്ങളുടെ കൂടെ വരട്ടെ."

വൃദ്ധ ബിന്ദുവിന്റെ നെറുകയിൽ കൈവെച്ചുകൊണ്ട് വിക്കി വിക്കിപ്പറഞ്ഞു: "ദയയും സ്നേഹവുമുള്ള മോളേ; ദൈവം തമ്പുരാൻ നിന്നെ അനുഗ്രഹിക്കട്ടെ."

ബിന്ദുവിനപ്പോഴുണ്ടായ ആനന്ദം! അവൾ ലീലേച്ചിയുടെ കൈപിടിച്ചു വലിച്ചുകൊണ്ട് ഉച്ചത്തിൽ പറഞ്ഞു:

"വരൂ ലീലേച്ചി ഇനി നമുക്ക് പോകാം."

സമ്മാനം 1

രഘു ചെന്ന് ബാബുവിനെ വിളിച്ചു. രണ്ടു പേരും കൂടി കൃഷ്ണനുണ്ണിയുടെ വീടിന്റെ മുമ്പിലെത്തി. വിളിക്കേണ്ടിവന്നില്ല. കൃഷ്ണനുണ്ണിക്ക് സംഗതി മനസിലായി. അവനിറങ്ങിവന്നപ്പോൾ രഘു പറഞ്ഞു:

"പോരല്ലടോ, കൃഷ്ണനുണ്ണി. ഒരാള് കൂടി വേണം. ഇനി ആരെയാണ് വിളിക്കുക."

"നമുക്ക് നത്തിനെ വിളിക്കാം." ബാബു പറഞ്ഞു.

"അവൻ വരുമെന്ന് തോന്നുന്നില്ല. ചങ്ങാതിയുടെ മുത്തശ്ശി ഇല്ലേ, ആ വെഞ്ചാമര തല; ആ നാശം സമ്മതിക്കില്ല" രഘു വെറുപ്പ് പ്രകടിപ്പിച്ചു.

"നിങ്ങൾ വരിൻ. നമുക്ക് പോയിനോക്കാം" എന്നു പറഞ്ഞുകൊണ്ട് കൃഷ്ണനുണ്ണി മുമ്പേ നടന്നു. രഘു ബാബുവിന്റെ തോളിൽ കൈയിട്ടു കൊണ്ട് പുറകെയും.

രഘു ഇടയ്ക്കിടെ തന്റെ കാക്കി ട്രൗസറിന്റെ പോക്കറ്റിൽ കൈയിട്ടു നോക്കും. പെട്ടെന്ന് കൈ പുറകോട്ട് വലിക്കും, അപ്പോൾ അവന്റെ മുഖത്ത് ആഹ്ലാദം അലതല്ലും. കാരണം, കീശയിൽ ഒരു രഹസ്യമുണ്ട്. വീട്ടുകാരാരും അറിയാതെ അവനും ബാബുവും കൂടി വാങ്ങിയ ഒരു സാധനം ഒളിപ്പിച്ചു വച്ചിരിക്കുന്നു കീശയിൽ.

മുളയഴികൾ വെച്ചുകെട്ടിയ പടിയും ഒരു ചെറിയ വീടും. അതിന്റെ മുമ്പിലെത്തിയപ്പോൾ മൂന്നുപേരും ഒപ്പം നിന്നു. വീടിന്റെ വീതി കുറഞ്ഞ ഉമ്മറത്തേക്ക് ഉറ്റുനോക്കി.

എല്ലാം പതിവിൻപടി തന്നെ. തല മുഴുവൻ നരച്ച ഒരു മുത്തശ്ശി, താടിക്ക് കയ്യും കൊടുത്ത് ആകാശത്തേക്കുനോക്കി ഇരുപ്പുണ്ടവിടെ.

"അവൻ പോയി എന്നോ?" ബാബു സംശയിച്ചു.

"നത്തേ! നത്ത്; നത്ത്...." രഘു വിളിച്ചുകൂവി.

"ഛായ്! മോശം. മണ്ടച്ചാരെ ഈ നേരത്താണോ കളിപ്പേരു വിളിക്കുന്നത്? അവന്റെ മുത്തശ്ശി കേൾക്കില്ലെ? അവനും ദേഷ്യം വരില്ലെ? പിന്നെ അവനെങ്ങാനും വരാൻ പോകുന്നോ?" കൃഷ്ണനുണ്ണി ചോദിച്ചു.

"വന്നില്ലെങ്കിൽ വരുത്തും." രഘു വീമ്പിളക്കി.

ബാബു ചിരിച്ചുകൊണ്ടു പറഞ്ഞു:

"വാശി വേണ്ട. വാശിക്ക് നാശമാണ് ഫലം. ഇത് എന്റെ അച്ഛന്റെ അമ്മ മിനിട്ടിൽ മൂന്ന് പ്രാവശ്യം പറയുന്നതാണ് കേട്ടോ."

"ബാലൻ! ബാലൻ! ബാലൻ! ...."

ബാലൻ വീടിന്റെ പുറകിൽനിന്നും വന്നു. കണ്ണമ്മ പശുവുമുണ്ട് പിന്നാലെ. അതിനെ തീറ്റാനുള്ള പുറപ്പാടിലാണ് അവൻ. കാക്കത്തോടിന്റെ കരയിൽ കയറുപിടിച്ചു തീറ്റിയാൽ രണ്ടു മണിക്കൂറുകൊണ്ട് വയറ് നിറയും. പക്ഷേ ഒന്നുണ്ട്: ആളൊപ്പം നിൽക്കണം. അല്ലെങ്കിൽ പശു തൊട്ടടുത്ത് നിൽക്കുന്ന നെല്ലു തിന്നും. അപ്പോൾ നെല്ലിന്റെ ഉടമസ്ഥൻ കണ്ടാൽ ചീത്തവിളിച്ച് തല്ലാൻ ചെല്ലും. അതുകൊണ്ട് വളരെ സൂക്ഷിച്ചാണ് അവൻ പശുവിനെ തീറ്റുക. അതിന് അവന് പ്രയാസമില്ല. ഇന്നും ഇന്നലേയും തുടങ്ങിയതല്ലല്ലോ ഈ ജോലി. എന്നും സ്കൂളുവിട്ടു വന്നാൽ അവൻ പശുവിനേയും കൊണ്ട് തോടിന്റെ കരയിലേക്ക് പോകും. സന്ധ്യയായേ മടങ്ങൂ. ഇപ്പോൾ അതൊരു ശീലമായിരിക്കുന്നു.

ആവർത്തനത്താൽ എന്തും ശീലമാവുമല്ലോ.

"ആരാ ബാലാ, നിന്നെ വിളിക്കണേ?" മുത്തശ്ശി ചോദിച്ചു.

"എന്റെ ക്ലാസ്സിൽ പഠിക്കുന്ന കുട്ടികളാ."

"ഉം-ം-ം" മുത്തശ്ശി നീട്ടി മൂളിക്കൊണ്ട് ചോദിച്ചു.

"ഏമാന്റെ വീട്ടിലെ 'കുട്ടിയും' കൂട്ടത്തിലുണ്ട് അല്ലെ?"

"രഘു അല്ലെ?"

"അതെ, അതെ, ആ ചീനിമുളക് തന്നെ."

"രഘുവും ഉണ്ട്."

"ശബ്ദം കേട്ടപ്പോഴെ മനസിലായി. എന്തൊരൊച്ചയാണ് ആ കുട്ടിയുടെ! ഭഗവാനെ, കാത് തുളച്ചുകയറുന്നുണ്ടല്ലോ പിള്ളേരുടെ അലർച്ച. എന്താ വേണ്ടെ ആവോ ഇവറ്റങ്ങൾക്ക്?"

"എനിക്കറിഞ്ഞുകൂടാ."

"അറിഞ്ഞാലും ഇല്ലെങ്കിലും അതേയ്, അവര് അല്ലലറിയാതെ വളരുന്ന കുട്ടികളാ. കളിച്ച് ചിരിച്ച് തുള്ളിച്ചാടി നടക്കും. നിനക്കതിനൊന്നും നേരം ഇല്ല. അവനോന്റെ കാര്യം നോക്കി നടന്നോളൂട്ടോ. എത്ര പറഞ്ഞുതരുന്നു ദിവസംതോറും....."

ബാലൻ മുമ്പിലേക്കു കുതിക്കുന്ന പശുവിന്റെ കയർ വലിച്ചുകൊണ്ട് പറഞ്ഞു:

"ഞാനതിന് പശുവിനെ തീറ്റാനാണ് പോകുന്നത്. അല്ലാതെ കളിക്കാനല്ല."

"എന്നാൽ പൊക്കോ, അതേയ് പശുവിന്റെ വയറ് നല്ലോണം വീർക്കണംട്ട്വോ. എങ്കിൽ ഒഴക്ക് പാലെങ്കിലും കൂടുതൽ കിട്ടും നാളെ."

ബാലൻ നടന്നകലുമ്പോൾ മുത്തശ്ശി വിചാരിച്ചു. അവൻ അത്ര ഇള്ളക്കുട്ടിയൊന്നുമല്ല. ബുദ്ധിയുള്ളവനാണ്. വീട്ടിൽ ഇത്ര ഒക്കെ പണി എടുത്തിട്ടും എട്ടാംതരം വരെ ഒരു ക്ലാസിലും തോറ്റിട്ടില്ലല്ലൊ. അവൻ മിടുക്കനാവും. വലിയ ആളാകും. അന്ന് താൻ മണ്ണായിട്ടുണ്ടാവും............ മുത്തശ്ശി നെടുവീർപ്പിട്ടു.

ബാലൻ പടി കടന്നപ്പോൾ രഘു അവന്റെ ചെവിയിൽ മന്ത്രിച്ചു:

"അക്കരെ തോട്ടത്തിലേക്ക് പോകാം. പശുവിനെ അവിടെ എങ്ങാനും കെട്ടിയിട്ട് നമുക്ക് കളിക്കാം. പുത്തൻ ചീട്ടാണ്." രഘു തന്റെ കീശയിൽ ഒളിച്ചുവെച്ചിരുന്ന പുതിയ ചീട്ടുപെട്ടിയുടെ അറ്റം കാണിച്ചു.

"അയ്യോ, പറ്റില്ല രഘു. പശു വയറ് നിറഞ്ഞില്ലെങ്കിൽ രാത്രി മുഴുവൻ നിലവിളിക്കും. മുത്തശ്ശി ചീത്ത പറയും. അച്ഛൻ തല്ലും. കളിക്കാൻ ഞാനില്ല."

"പശുവിനെ തീറ്റാൻ പൊവ്വാത്രെ, പുതിയ ചീട്ടുമായി മൂന്നാൾ കളിക്കാൻ വിളിക്കുമ്പോഴെ! നീ ശരിക്കും ഒരു നത്തുതന്നെ. പേടിത്തൊണ്ടൻ, നാണം കുണുങ്ങി നത്ത്." കൃഷ്ണനുണ്ണിക്ക് വെറുപ്പ് പിടിച്ചു.

"നിങ്ങൾ എത്രയെങ്കിലും കളിയാക്കിക്കോളൂ."

"സൂത്രം ഒന്നും എടുക്കേണ്ട." ബാബു ഇടയിൽ കയറി പറഞ്ഞു. "വരുന്നോ ഇല്ലേ?" അവന് ധൃതിയായി അറിയാൻ.

"ഇല്ല." ബാലൻ തീർത്തുപറഞ്ഞു.

"ഇല്ലെങ്കിൽ നീ പശുവനെ മേക്കുന്നത് ഒന്ന് കാണണം! സമ്മതിക്കില്ല ഞങ്ങൾ. നീയും നിന്റെ ഒരു പശുവും."

തർക്കിച്ച് നിൽക്കാൻ എനിക്ക് നേരമില്ല എന്നു പറഞ്ഞ് ബാലൻ പശുവിനെയും കൊണ്ട് സ്ഥലംവിട്ടു.

മൂന്നുപേരും വിഷാദിച്ചു. അവർക്ക് വെറുപ്പുതോന്നി. ഇനി ഇന്ന് കളി നടക്കില്ല. ഇന്നലെവരെ മാധവൻ ഉണ്ടായിരുന്നു. ഇന്ന് അവൻ അവന്റെ അമ്മാവന്റെ വീട്ടിലേക്ക് പോയിരിക്കുകയാണ്. മൂന്നുനാലു ദിവസം കഴിഞ്ഞേ വരൂ. അപ്പോൾ എന്തുചെയ്യും?

മറ്റൊരു ഉപായവും കാണായ്കയാൽ അവർ അന്യോന്യം നോക്കി.

രഘു പെട്ടെന്ന് എന്തോ ആലോചിച്ചുറച്ചുകൊണ്ട് പറഞ്ഞു:

"നത്തിനെ അങ്ങനെ വെറുതെ വിടാൻ പറ്റില്ല. നമ്മളെ അവന് ഒരു പുല്ലിന് വിലയില്ല. ഇന്നൊരു പാഠം പഠിപ്പിക്കണം. വരിനെടാ നിങ്ങൾ.

എത്ര പറഞ്ഞുതരുന്നു?

ഇന്ന് കളി വേണ്ട."

രണ്ടുപേരും അവനെ പിന്തുടർന്നു.

പാടത്തേക്കിറങ്ങിയപ്പോൾ അവർ ബാലനെ കണ്ടു. അവൻ പടിഞ്ഞാറ് ദിക്കിലെ തെങ്ങിൻ തലപ്പുകൾക്കപ്പുറത്തേക്ക് മന്ദം മന്ദം താണുപോകുന്ന സൂര്യനെ നോക്കി നിൽക്കുകയാണ്. കാണെക്കാണെ തേഞ്ഞുതീരുന്ന വട്ടത്തിലുള്ള ഒരു സ്വർണത്തകിടാണിപ്പോൾ സൂര്യൻ!

മൂന്നുപേരും ഓളിയിട്ടുകൊണ്ട് ഓടിയെത്തി, കുറുക്കന്മാരെപ്പോലെ.

ബാലൻ ഞെട്ടി.

പശു പകച്ച് പരക്കം പാച്ചിലായി. അതിനെ കയർ വലിച്ചു നിറുത്താൻ ശ്രമിച്ച ബാലൻ കൈകുത്തി വീണു.

"നിങ്ങൾ വെറുതെ കളിക്കരുത്. ഞാൻ നിങ്ങളെ ആരേയും ഒന്നും ചെയ്തിട്ടില്ല. എന്നിട്ടും വെറുതെ പാഞ്ഞുവന്ന് പട്ടികളെപ്പോലെ വഴക്കിട്ടാൽ..." ബാലൻ ദേഷ്യപ്പെട്ടു.

അവൻ പറഞ്ഞുതീരും മുമ്പെ രഘു ഉച്ചത്തിൽ –

"വഴക്കിട്ടാൽ നീ എന്താ ചെയ്യാ. മൂക്ക് മുറിച്ച് ഉപ്പിലിടുമോ" എന്ന് ചോദിച്ചു. തുടർന്ന് മൂന്ന് വികൃതികളും വികൃത ശബ്ദങ്ങൾ തകൃതിയായി പുറപ്പെടുവിച്ചു തുടങ്ങി.

ഒരാൾ പുലിയുടെ ഇരമ്പുന്ന ശബ്ദം.

മറ്റയാൾ നായ് ഓളിയിടുന്നതുപോലെ

മൂന്നാമത്തെ ആൾ ഓയ്! ഓയ്! നത്ത്, നത്ത് നാണം കുണുങ്ങി എന്നൊക്കെ പറഞ്ഞ് കൂകാൻ തുടങ്ങി.

ആകപ്പാടെ ബഹുബഹളം.

പശു പേടിച്ച് ഒന്നും തിന്നാൻ വയ്യാതെ അങ്ങോട്ടും ഇങ്ങോട്ടും കുതിച്ചു.

ബാലൻ പശുവിനെ പിടിച്ചുനിർത്താൻ കയറിൽ ഊക്കോടെ വലിച്ച് നന്നേ കഷ്ടപ്പെടുന്നുണ്ട്.

പെട്ടെന്ന് രഘു ഒരു പണികൂടി പറ്റിച്ചു. അവൻ പതുങ്ങിപ്പതുങ്ങി പിന്നിൽ ചെന്ന് ബാലന്റെ ഉപ്പൂറ്റിയിൽ ഓർക്കാപ്പുറത്ത് ഒരു തട്ട്!

ബാലൻ മുട്ടുകുത്തി വീണു.

എല്ലാവരും ആർത്ത് ചിരിച്ച് കൂക്കി വിളിച്ചു.

പശു പേടിച്ച് അകലേക്ക് ഓടിപ്പോയി.

ബാലൻ ദേഷ്യംകൊണ്ട് നിന്നു വിറച്ചു.

"ദേഹത്തിൽ തൊട്ട് കളിച്ചാൽ–" അവൻ ഭീഷണി മുഴക്കി.

കോപിച്ചിട്ട് എന്തു കാര്യം. അവർ മൂന്നു പേരുണ്ട്. ബാലൻ ഒറ്റയ്ക്ക് അല്ലെ? അവരോട് എതിർക്കാൻ ശക്തി പോരാ. അതുകൊണ്ടാവണം വാശിയോടെ തന്നെ രഘു ചോദിച്ചത്–

"കളിച്ചാൽ?"

ബഹുബഹളം

ബാലൻ ശാന്തനായി സങ്കടത്തോടെ പറഞ്ഞു:

"നിന്റെ അച്ഛനെ കാണട്ടെ. ചീട്ടു വാങ്ങിയതു മുതൽ എല്ലാം ഞാൻ പറഞ്ഞു കൊടുക്കും."

"അച്ഛനോട് പറഞ്ഞാലെ വേറെ ഒന്നും സംഭവിക്കില്ല." രഘു ബാലന്റെ മൂക്ക് പിടിച്ച് കുലുക്കിക്കൊണ്ട് പറഞ്ഞു. "നിന്റെ ഈ ഓന്ത് മൂക്ക് ഇല്ലെ. അത് ഞാൻ ചെത്തിയെടുത്ത് ഈ തോട്ടിലെറിയും."

ബാലൻ രഘുവിന്റെ കൈ തട്ടി മാറ്റുമ്പോൾ ബാബു പറഞ്ഞു.

"ഇതാ പശു നെല്ല് തിന്നുന്നു."

"അയ്യോ! നെല്ലിന്റെ ഉടമസ്ഥൻ കണ്ടാൽ."

ബാലൻ ഓടി, പശുവിനെ വലിച്ചുമാറ്റി. പിന്നീട് അതിനെ അൽപ്പം ദൂരേക്ക് കൊണ്ടുപോയി. ആ ഭാഗത്ത് തോടിന്റെ കരയിൽ നല്ല പുല്ല് ഉണ്ട്. പക്ഷേ അവിടെ തോടിന്റെ വക്കിന് വീതി കുറവാണ്. ഉറപ്പും കുറവാണ്. കര ഇടിഞ്ഞാൽ തോട്ടിൽ വീഴും. തോടിന്റെ ആ ഭാഗത്ത് ചുഴികളുണ്ട്. കൂടുതൽ ആഴവും കാണും. വിരൽ വച്ചാൽ മുറിയുന്ന ഒഴുക്കും. എന്തായാലും ഇവിടെ നിറുത്തി കുറച്ചുനേരം പശുവിനെ തീറ്റാമെന്ന് അവൻ ഉറച്ചു. സ്വൈരം കിട്ടുമല്ലോ. വികൃതികൾ ഇങ്ങോട്ട് വരില്ലായിരിക്കും.

പക്ഷേ രഘുവും വിടാൻ ഭാവമില്ല. അവൻ പറഞ്ഞു:

"വരിനെടാ, അവന്റെ അടുത്തേക്ക്. അവനെ അവിടെ നിന്നും ഓടിക്കണം."

വഴിക്കുവെച്ച് കൃഷ്ണനുണ്ണി പറഞ്ഞു:

"സൂക്ഷിക്കണം. ഇവിടെ ആഴം കൂടുതലുള്ള ഭാഗമാണ്."

ബാബു ചോദിച്ചു:

"നിനക്കെന്താ ഇത്ര പേടി? നീന്തലറിയില്ലെ?"

"ഇല്ല, എനിക്ക് ഒരുദിവസം പഠിക്കണം"

"എന്നാൽ ശരി, ഇപ്പോൾ തന്നെ പഠിക്കാം," രഘു തിരിഞ്ഞുനിന്നു പറഞ്ഞു. "നീന്തലറിഞ്ഞിട്ട് ആർക്കും വെള്ളത്തിലിറങ്ങാൻ പറ്റില്ല. നീ അസ്തമിക്കുന്ന സൂര്യനെനോക്കി നിന്നോ. ഇപ്പോൾ നീന്തൽ പഠിക്കാം."

"അതെങ്ങനെ?"

"ഇപ്പോൾ കാണിച്ചു തരാം. നീ പറഞ്ഞതുപോലെ ചെയ്യു."

കൃഷ്ണനുണ്ണി അസ്തമയ സൂര്യനെനോക്കി. മഞ്ഞ, ഇളം ചുവപ്പ്, നീല, ഹായ്! എന്തെല്ലാം നിറങ്ങളിലാണ് പടിഞ്ഞാറെ ആകാശഭാഗം തിളങ്ങുന്നത്. ഏതെല്ലാം വർണങ്ങളിലുള്ള കുഞ്ഞരുവികളാണ് അവിടെ കൂടിക്കലർന്ന് തളം കെട്ടിക്കിടക്കുന്നത്!

കൃഷ്ണനുണ്ണി അസ്തമനം ആസ്വദിച്ച് നിൽക്കുമ്പോൾ ഒന്ന്, രണ്ട്, മൂന്ന് എന്നും പറഞ്ഞു രഘു അവന്റെ ഉപ്പൂറ്റിയിൽ ഒരൊറ്റ തട്ട്.

കൃഷ്ണനുണ്ണി തോട്ടിൽ വീണു.

മരണവെപ്രാളത്തിൽ

ഒപ്പം രഘുവും ചാടി.

തോട്ടിൽ നിലയില്ലാത്ത വെള്ളം. നല്ല ഒഴുക്കും....

അയ്യോ എന്ന നിലവിളിയോടെ കൃഷ്ണനുണ്ണി വെള്ളത്തിൽ താണു പോയി.

രഘുവിന് നീന്താനറിയാം. എന്നാൽ ഒഴുക്കിന് ശക്തി കൂടുതലാണിന്ന്. നീന്താൻ വല്ലാത്ത പ്രയാസം.

കൃഷ്ണനുണ്ണിയുടെ തല കഷ്ടിച്ച് വെള്ളത്തിനു മുകളിൽ ഒന്നുയർന്നു.

വളരെ അധ്വാനിച്ച് രഘു നീന്തി അടുത്തുചെന്നു. കൃഷ്ണനുണ്ണിയുടെ കൈപിടിച്ചു. പക്ഷേ രക്ഷയില്ല. കൈകാലുകൊണ്ട് തുഴഞ്ഞു, പക്ഷേ വെള്ളത്തിൻ നിൽക്കാൻ പറ്റുന്നില്ല. രണ്ടുപേരും കൂടി വെള്ളത്തിൽ മുങ്ങുന്നു.

അതുകണ്ട് കരയ്ക്ക് നിൽക്കുന്ന ബാബു എന്തു ചെയ്യേണ്ടൂ എന്നറിയാതെ പരിഭ്രമിച്ചു. ആറ്റിലേക്ക് എടുത്ത് ചാടുന്നത് അപകടമാണ്. ഈ ഒഴുക്കിൽ നീന്താൻ തന്നെക്കൊണ്ടും ആവില്ല.

അവനുച്ചത്തിൽ അയ്യോ, അയ്യോ ഓടി വരണേ എന്ന് നിലവിളി കൂട്ടി.

എന്നാൽ സന്ധ്യാസമയമല്ലെ? കുളിക്കടവ് വിജനമാണ്.

നിലവിളികേട്ട് ബാലൻ മാത്രം ഓടി വന്നു. രഘുവും കൃഷ്ണനുണ്ണിയും അന്യോന്യം കെട്ടിപ്പിടിച്ച് നിലയില്ലാത്ത വെള്ളത്തിൽ മുങ്ങുന്നു, അവൻ വല്ലാതെ ഭയപ്പെട്ടു. പരിഭ്രമിച്ചു.

അരക്ഷിതാവസ്ഥയിൽ ഭീതി ആപൽക്കരമാണെന്ന് തലേനാൾ വായിച്ചത് അവൻ പെട്ടെന്ന് ഓർത്തു.

ധൈര്യമായി വേണ്ടത് ചെയ്യണം. താമസിച്ചാൽ രണ്ടുപേരും മരിക്കും.

അവൻ പശുവിന്റെ അടുത്തേക്ക് പാഞ്ഞു.

നിലയില്ലാത്ത വെള്ളത്തിൽ, ഒഴുക്കിൽ അകപ്പെട്ടവരെ രക്ഷിക്കാനുള്ള വിദ്യ അവനറിയാം. ഒരിക്കൽ കുളിക്കാൻ പോയപ്പോൾ, അയൽവീട്ടിൽ വിരുന്നുവന്ന ഒരു ചെറുപ്പക്കാരൻ പഠിപ്പിച്ചതാണ്. അതിനി ഇപ്പോൾ സമർത്ഥമായി പ്രയോഗിക്കാൻ കഴിയുമോ എന്നതാണ് പ്രശ്നം.

ഒരു നിമിഷത്തിനുള്ളിൽ പശുവിന്റെ കഴുത്തിൽ കിടന്ന കയറും ഊരി എടുത്ത് ബാലൻ പാഞ്ഞുവന്നു.

രഘു കൈകാൽ കുഴഞ്ഞ് വീർപ്പുമുട്ടി കൈയുയർത്തി മരണവെപ്രാളത്തോടെ നിലവിളിക്കുന്നു.

ബാലൻ നീണ്ട കയറിന്റെ ഒരറ്റം കൈയിൽ മുറുകെ പിടിച്ച് മറ്റെ അറ്റം രഘുവിനെ ലക്ഷ്യമാക്കി എറിഞ്ഞു.

"രഘൂ, കയറിന്റെ അറ്റത്ത് ഒരു കൈകൊണ്ട് മുറുക്കിപ്പിടിച്ചോളൂ. മറ്റേ കൈകൊണ്ട് കൃഷ്ണനുണ്ണിയേയും പിടിക്ക്. പേടിക്കേണ്ട; പേടി

ക്കേണ്ട.''

ബാലൻ ഉച്ചത്തിൽ വിളിച്ചു പറഞ്ഞു.

ഭാഗ്യത്തിന് രഘുവിന് കയറിന്റെ ഒരറ്റത്ത് പിടികിട്ടി. മറ്റേ അറ്റം ബാലൻ ബലമായി പിടിച്ചുവലിച്ചു.

ബാബു നിന്ന് വിറയ്ക്കുകയാണ്.

കരയ്ക്ക് വലിച്ചു കയറ്റിയപ്പോൾ കൃഷ്ണനുണ്ണിയുടെ വയർ വീർത്തിരുന്നു. കണ്ണുകൾ കലങ്ങിച്ചുവന്ന് ചീർത്തിട്ടുണ്ട്. വെള്ളം കുറെ കുടിച്ചിരിക്കും, അവനാകെ തളർന്ന് തളങ്ങാടിപ്പോയി. നടക്കാൻ പോലും വയ്യാ.

രഘുവിനും മിണ്ടാട്ടമില്ല. അവനും വെള്ളം കുറെ കുടിച്ചിരിക്കുന്നു.

"ബാബു, ഇനി ഞാൻ പോകട്ടെ. പശു എവിടെപ്പോയി എന്നറിഞ്ഞു കൂടാ?" ബാലൻ പറഞ്ഞു.

"ആ" ബാബു സമ്മതം മൂളി. പിന്നെ എന്ത് പറയണമെന്നറിയാതെ അവർ നിന്നു കുഴങ്ങി.

രഘു ചിലമ്പിച്ച സ്വരത്തിൽ പറഞ്ഞു:

"നിന്നെ ഞങ്ങൾ ദ്രോഹിച്ചു. എന്നിട്ടും നീ ഞങ്ങളെ രക്ഷിച്ചു. ബാലാ... നീയില്ലെങ്കിൽ ഞങ്ങൾ കെട്ടുപിണഞ്ഞ് വീർപ്പുമുട്ടി മുങ്ങി മരിച്ചേനെ" അവൻ ഒന്ന് നിറുത്തി. അൽപ്പനേരം കഴിഞ്ഞ് നിറഞ്ഞ കണ്ണുകളോടെ വിക്കി വിക്കി പറഞ്ഞു:

"ബാലാ, നിന്നെ ഞാൻ മറക്കില്ല."

ബാലൻ വീട്ടിലെത്തി അന്നുണ്ടായ സംഭവങ്ങളെല്ലാം വിവരിച്ചു കേൾപ്പിച്ചു. അപ്പോൾ മുത്തശ്ശിപറഞ്ഞു:

"നിന്നെ ദ്രോഹിക്കുന്ന കുട്ടികളുണ്ടാവും. അവരേയും സ്നേഹിക്കണമെന്ന് നിത്യവും ഞാൻ പറഞ്ഞുതരുന്നതുകൊണ്ട് ഗുണമുണ്ട്."

ഭാഗ്യം! ഇതാ പശു വളപ്പിൽ നിൽക്കുന്നു.

കൊടി നീട്ടിയ പയറിൻ തൈകൾ അതു തിന്ന് നശിപ്പിച്ചെങ്കിലും രണ്ടാളുടെ ജീവൻ രക്ഷപ്പെട്ടല്ലോ എന്നാണ് എല്ലാവർക്കും.

പിറ്റേദിവസം ഉച്ചയ്ക്ക് ഹെഡ്മാസ്റ്റർ ബാലനെ വിളിച്ചു പറഞ്ഞു:

"ഇന്ന് ഉച്ചയ്ക്ക് വീട്ടിൽ പൊക്കോളൂ. മൂന്നരമണിക്ക് അച്ഛനെ കൂട്ടി വരണം."

എന്തിനാണ് എന്ന് അവനറിയണം. പക്ഷേ ചോദിക്കാൻ ഭയം.

ജിജ്ഞാസയോടെ അവൻ വീട്ടിലേയ്ക്ക് പോയി.

ബാലനും അവന്റെ അച്ഛനും കൂടി ചെന്നപ്പോൾ സ്കൂളിൽ എല്ലാ അദ്ധ്യാപകരും കുട്ടികളും അസംബ്ലികൂടുന്ന സ്ഥലത്ത് സമ്മേളിച്ചിരിക്കുന്നു.

ഹെഡ്മാസ്റ്റർ ആദ്യം പ്രസംഗിച്ചു:

ബാലന്റെ ബുദ്ധിശക്തിയേയും ധീരകൃത്യത്തേയും മറ്റുള്ളവർക്ക് വിവരിച്ചുകൊടുത്തു.

“ബാലനും കൂടി അരുവിയിൽ എടുത്ത് ചാടിയിരുന്നെങ്കിൽ, ഈശ്വരാ മൂന്നാളും കൂടി കെട്ടുപിണഞ്ഞ് മുങ്ങി മരിച്ചേനെ” അദ്ദേഹം പറഞ്ഞവസാനിപ്പിച്ചു.

അതിനുശേഷം ബാലന്റെ അച്ഛന്റെ പേര് ഹെഡ്മാസ്റ്റർ വിളിച്ചു. മുഷിഞ്ഞ മുണ്ടും ഷർട്ടും ധരിച്ച ഒരാൾ മാസ്റ്ററുടെ അടുത്തേക്ക് ചെന്നു. ഹെഡ്മാസ്റ്റർ ഒരു കവർ ആ മനുഷ്യന് നൽകിക്കൊണ്ട് ഇങ്ങനെ പ്രഖ്യാപിച്ചു:

“രഘുവിന്റെയും കൃഷ്ണനുണ്ണിയുടെയും മാതാപിതാക്കൾ എന്നെ ഏൽപ്പിച്ചതാണിത്. ബുദ്ധിപൂർവം പ്രവർത്തിച്ച് രണ്ടു കുട്ടികളുടെ ജീവൻ രക്ഷിച്ച ധീരനായ കുട്ടിയുടെ അച്ഛനുള്ള സമ്മാനം.”

ആ മനുഷ്യന്റെ കൈയിലിരുന്ന കവർ കുട്ടികൾ സൂക്ഷിച്ചുനോക്കി. അതിനുള്ളിലെ ആയിരത്തിന്റെ പുത്തൻ നോട്ടുകളുടെ നിഴൽ അവർ കണ്ടു.

പിന്നീട് ഹെഡ്മാസ്റ്റർ ബാലനെ വിളിച്ചു. അവന് മനോഹരമായ ചിത്രങ്ങളുള്ള ഒരു കട്ടിക്കടലാസുപെട്ടി സമ്മാനിച്ചു. അതിന്റെ പുറത്ത് ഇങ്ങനെ എഴുതിയിരുന്നു:

‘ഇതിൽ നിറയെ പുസ്തകങ്ങളാണ്. ഒരിക്കലും ചതിക്കാത്ത ചങ്ങാതിമാർ. മനുഷ്യർ മരിക്കും. പണം നശിക്കും. എന്നാൽ നല്ല പുസ്തകങ്ങൾ എന്നെന്നും നിന്നെ സഹായിക്കും. നിനക്ക് അറിവ് നൽകും. അതാണ് ഏറ്റവും വിലപ്പെട്ട ധനം. പിന്നെ രണ്ട് വരി കവിതയും-

“സ്നേഹക്കയുണ്ണി നീ നിന്നെ
ദ്രോഹിക്കുന്ന ജനത്തെയും.”

പിറ്റേന്ന് പത്രത്തിൽ ഒരു വാർത്തയുണ്ടായിരുന്നു:

‘ധീരനായ ബാലന് സമ്മാനം.’

വിചിത്രമായ മറ്റൊരു സംഗതി ഇതൊന്നുമല്ല.

ഇന്നും അഞ്ചുമണി കഴിഞ്ഞാൽ ബാലൻ തോടിന്റെ കരയിൽ പശുവിനെ തീറ്റാൻ വരും. ഈയിടയായി അവന്റെകൂടെ ഒരു കുട്ടി കൂടിയുണ്ട്. ആരാണെന്നറിയാമോ? രഘു.

മന്നവൻ എന്ന് കളിപ്പേരുള്ള നാരായണൻ പറഞ്ഞ കഥകൾ ഇവിടെ തീരുന്നു. ഇനി ഭാവനയിൽ നിന്ന് ഒരു കഥകൂടി. അത് ഞാൻ ആദ്യം പറഞ്ഞുവന്ന കുളംബ് കഥകളോടൊപ്പം ചേർത്ത് വായിക്കൂ. ഓർമയിൽ സൂക്ഷിക്കൂ.

സമ്മാനം 2

ഞാനും സമ്മാനം വാങ്ങിയിട്ടുണ്ട്.

നമ്മുടെയെല്ലാം അന്നദാതാവായ സൂര്യനിൽ നിന്ന്.

അതും ഒരു കഥയാണ്. അതിന്റെ തുടക്കം ഇങ്ങനെ.

ഒരിടവപ്പാതിക്കാലം.

ആകാശം കറുത്തിരുണ്ടു. കാർമേഘങ്ങൾ

കാട്ടാനകൂട്ടം പോലെ ആകാശത്ത് പാഞ്ഞു നടന്നു.

തത്സമയം രണ്ട് ചാർജ്ജുകൾ എങ്ങുനിന്നോ പാഞ്ഞുവന്നു. രണ്ടിനും ഓരോ കുളംബ് വീതം ചാർജ്. ഒന്ന് ഭൂമിയിൽ നിന്ന് രണ്ട് കിലോമീറ്റർ ഉയരത്തിൽ നിലയുറപ്പിച്ചു. മറ്റേത് ഒരു കിലോമീറ്റർ ഉയരത്തിലും. രണ്ട് ചാർജും വിലങ്ങനെ ഒരേവരയിൽ നിൽക്കുന്നു. ഒരു വര വരച്ച് രണ്ടിനേയും യോജിപ്പിച്ചാൽ ആ വര കുത്തനെയുള്ള ഒരു നേർവരയായിരിക്കും അത്. അത് അടുത്ത പേജിൽ വരച്ചിട്ടുണ്ട്.

ചാർജുകളിൽ ഒന്ന് പ്ലസ് ചാർജ് ആയിരുന്നു. മറ്റേത് മൈനസ്സും. രണ്ടിനും ഇടയ്ക്ക് ഒരു കിലോമീറ്റർ ഉയരത്തിൽ വായുപാളി.

ഇവിടെ ആ പ്രകൃതി നിയമം നാം ഓർക്കണം. ഏതിനം ചാർജ് ആയാലും അവയ്ക്കിടയ്ക്ക് വൈദ്യുതബലം ജനിക്കും. അതു പ്രകാരം നമ്മുടെ കഥയിലെ പ്ലസ് ചാർജ് മൈനസ് ചാർജിനു നേരെ കൈനീട്ടി. മൈനസ് ചാർജ് പ്ലസ് ചാർജിന് നേരെയും ശക്തി പ്രയോഗിച്ച് അതിന് നേരെ കുതിക്കാൻ മുതിർന്നു. ഒന്നാം ഭാഗം കഥകളിൽ ഇക്കാര്യം ഞാൻ സൂചിപ്പിച്ചിട്ടുള്ളത് ഓർക്കുമല്ലോ.'

ചാർജുകൾക്കിടക്ക് പ്രവർത്തിക്കുന്ന ബലമുള്ള കൈ ഇലക്ട്രിൽ ഫോഴ്സിന്റെ കയ്യാണല്ലോ. ആ കൈ തട്ടിമാറ്റാൻ ഒരു കിലോമീറ്റർ വായു കിണഞ്ഞ് ശ്രമിച്ചു. ഒരുവടം വലി തന്നെയായിരുന്നു അത്. ഒരു

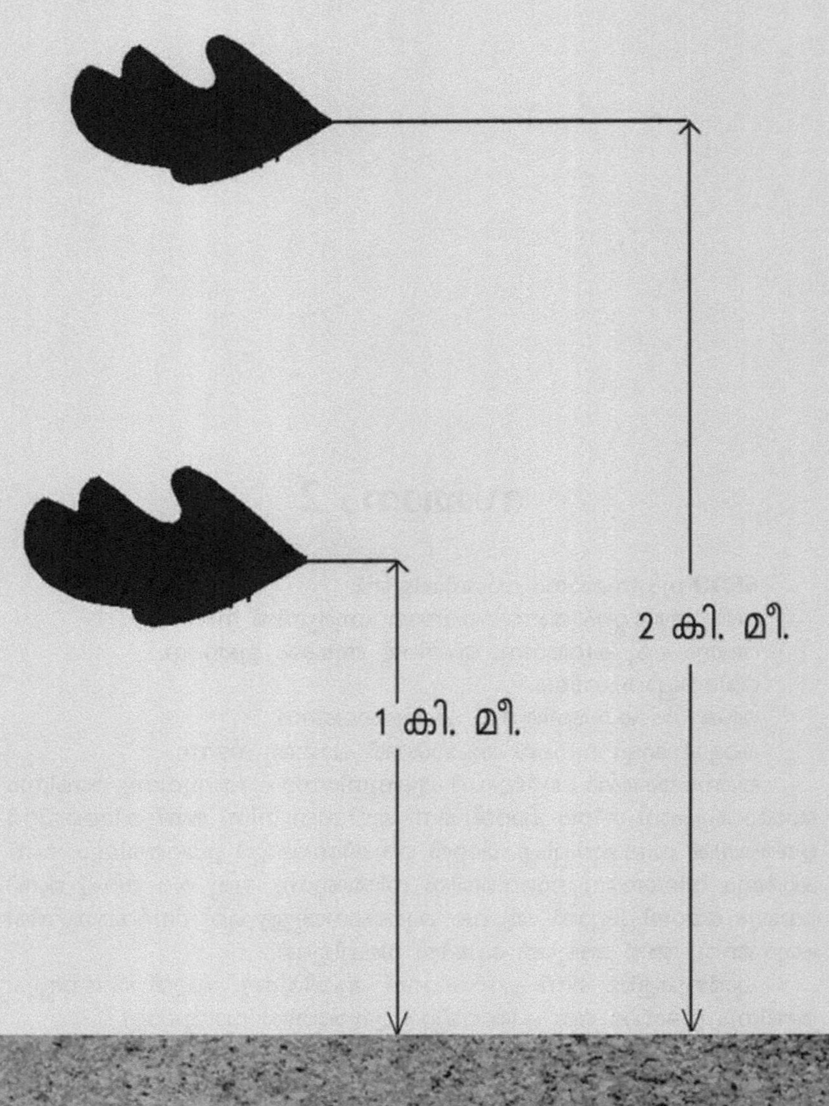
2 കി. മീ.
1 കി. മീ.
മേഘങ്ങളുടെ സ്ഥാനം

ഭാഗത്ത് ചാർജ് ബലം. മറുഭാഗത്ത് വായുവിന്റെ ബലം- വായുവിന്റെ കരുത്ത് അല്ലെങ്കിൽ കഴിവ്: ചാർജിൽ നിന്നുള്ള വൈദ്യുതി ബലത്തെ തടയുവാനുള്ള കഴിവ്.

വായുവിന്റെ കഴിവിന് ഒരു പരിധിയുണ്ട്. ആ പരിധിക്ക് അപ്പുറം ചാർജിന്റെ വൈദ്യുത ബലം വളർന്നാൽ വടംവലിയിൽ വായു തോൽക്കും. വായു തോറ്റാൽ ഇലക്ട്രിക്ക് ഫോഴ്സിന്റെ കൈ ഭൂമിയിൽ എത്തും. അപ്പോൾ മിന്നലുണ്ടാവും. മിന്നലേറ്റാൽ മൃഗങ്ങളും മരങ്ങളും കത്തിക്കരിഞ്ഞ് ചാമ്പലാവും. അതുകൊണ്ട് ഇലക്ട്രിൽ ഫോഴ്സിനെ തോൽപ്പിക്കാൻ ഒരു കിലോമീറ്റർ കനത്തിലുള്ള വായുപാളി കിണഞ്ഞ് ശ്രമിച്ചു.

പക്ഷെ വായുവിന് ബലം പോരാ. പോരാ. ഇതാ വായു തോൽക്കാൻ പോകുന്നു.

ഇത് കണ്ട് ഞാൻ വിദ്യാദേവിയെ മനംനൊന്ത് വിളിച്ചു.

വിദ്യാദേവി വിളികേട്ട് ഓടിയെത്തി. എങ്ങുനിന്നോ മൂന്നാമതൊരു ചാർജിനെ കൊണ്ടുവന്നു. അതിനെ മറ്റ് രണ്ട് ചാർജ് നിൽക്കുന്ന വരിയിൽ നിറുത്തി. അപ്പോൾ അത്ഭുതമെന്നേ പറയേണ്ടൂ. മൂന്ന് ചാർജിനും അനക്കമില്ല. അപ്പോൾ വായുവിൽ ഇലക്ട്രിക് ഫോഴ്സ് അനുഭവപ്പെടുന്നില്ല എന്നല്ലേ ഇത് കാണിക്കുന്നത്. അതെ, അതുതന്നെ. അതിനെന്താ കാരണം? എന്താ ഇവിടെ സംഭവിച്ചത്?

വിദ്യാദേവി വിളിച്ചു വരുത്തിയ മൂന്നാമത്തെ ചാർജ് മറ്റ് രണ്ട് ചാർജിനേയും തൽക്കാലം ഒതുക്കി. അവയുടെ ബലത്തെ മൂന്നാമത്തെ ചാർജിന്റെ എതിൽബലത്താൽ തടഞ്ഞ് നിർവീര്യമാക്കി. ആവൂ! ആശ്വാസമായി. ഞാൻ വിദ്യാദേവിക്ക് എന്തുകൊടുക്കാനും തയാറായിരുന്നു. എന്നാൽ ദേവിക്ക് ഒന്നും വേണ്ട. ദേവിക്ക് ആവശ്യം ഒന്നു മാത്രം. എന്റെ ബുദ്ധി ഒന്ന് പരീക്ഷിക്കണം. അതിനായി ദേവി ഒരു ചോദ്യം എടുത്തിട്ടു-

"പ്ലസ് ചാർജിനേയും മൈനസ് ചാർജിനേയും ഒതുക്കാൻ, അവയുടെ വീര്യം കെടുത്താൻ ഞാൻ കൊണ്ടുവന്ന മൂന്നാമത്തെ ചാർജിന്റെ അളവ് എത്രയായിരിക്കും? അത് പ്ലസ്സോ മൈനസ്സോ? അതിന്റെ സ്ഥാനം പ്ലസ് ചാർജിനും മൈനസ് ചാർജിനും ഇടയ്ക്കാണോ? അതോ അത് പ്ലസ് ചാർജിന്റെ മുന്നിലോ? മൈനസ് ചാർജിന്റെ പിന്നിലോ?

ഞാൻ ഉത്തരം ആലോചിച്ചു. തിരുതകൃതിയായ ആലോചന.

ഞാൻ ആദ്യമായി ആകാശത്തിൽ മൂന്ന് ചാർജുകൾ നിശ്ചലാവസ്ഥയിൽ നിൽക്കുന്നതായി സങ്കൽപ്പിച്ചു. (അടുത്ത പേജ് നോക്കൂ.)

ചാർജുകൾ എവിടെ ആയാലും അവ അന്യോന്യം ബലം പ്രയോഗിക്കും.

ചാർജ് 1, ചാർജ് മൂന്നിൽ ബലം പ്രയോഗിക്കുന്നു. അതുപോലെ ചാർജ് 2, ചാർജ് മൂന്നിൽ ബലം പ്രയോഗിക്കുന്നു. ഈ രണ്ട് ബലങ്ങൾ ഒന്നിച്ച് പ്രവർത്തിക്കുമ്പോഴും ചാർജ് 3 നിശ്ചലം. ഇത് സാധ്യമാകണമെങ്കിൽ ബലം രണ്ടും തുല്യവും വിപരീതവുമായിരിക്കണം. എന്നുവെ

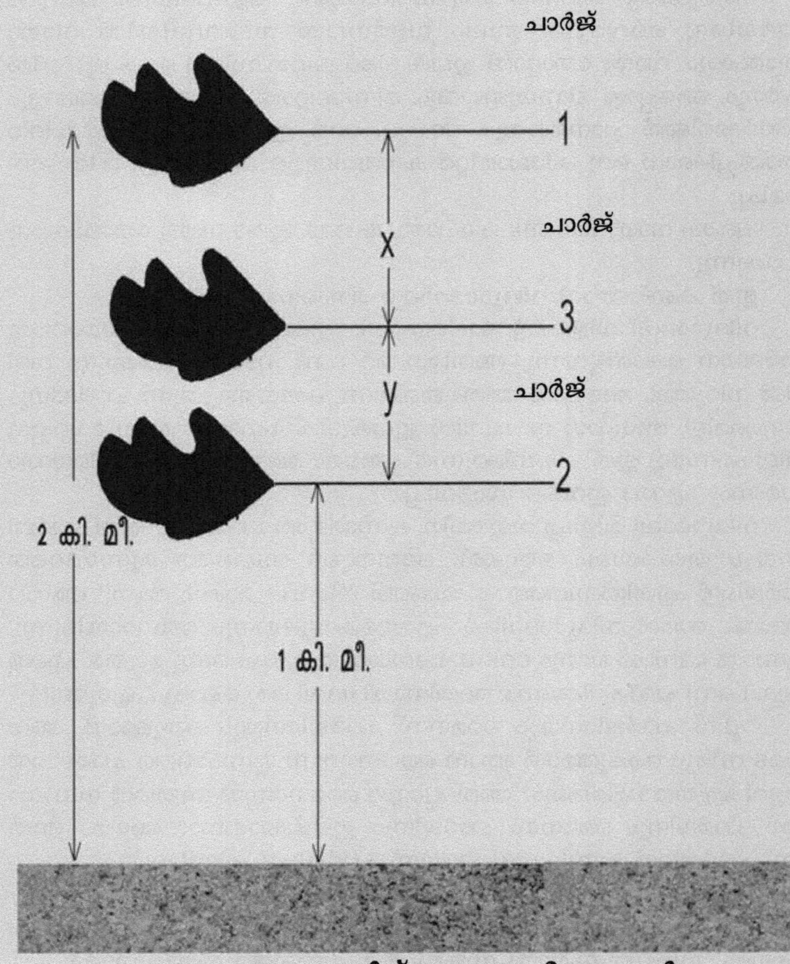

മൂന്നാമത്തെ ചാർജ് വന്നെത്തിയപ്പോൾ

ച്ചാൽ ഒരു ബലം ചാർജ് 3 നെ മേലോട്ടാണ് വലിക്കുന്നുവെങ്കിൽ മറ്റേ ബലം അതിനെ താഴോട്ട് വലിക്കണം.

മന:ക്കണക്ക് പണ്ടേയ്ക്ക് പണ്ടേ എനിക്കിഷ്ടം. എഴുതി ചെയ്യുന്ന തിനേക്കാൾ എത്രയോ വേഗം മനസ്സുകൊണ്ട് കണക്ക് ചെയ്യാം! ഇതാ കണ്ടോളൂ.

രണ്ടു ചാർജുകൾ തമ്മിലുള്ള ബലം സമം: ചാർജുകളുടെ ഗുണന ഫലത്തെ ചാർജുകൾ തമ്മിലുള്ള അകലത്തിന്റെ വർഗം കൊണ്ട് ഹരി ച്ചുകിട്ടുന്ന സംഖ്യയെ ഒമ്പതിനായിരം ലക്ഷം കൊണ്ട് ഗുണിച്ചത്. (q_1, q_2, be the charges at a distance r apart, the force = $9 \times 10^9\ q_1q_2/r^2$) ചാർജ് ഒന്നും മൂന്നും തമ്മിലുള്ള അകലം അറിയില്ല. അത് x എന്ന് വിചാരിച്ചു. അതുപോലെ ചാർജ് മൂന്നും രണ്ടും തമ്മിലുള്ള അകലം y എന്ന് വിചാരിച്ചു.

അതുപ്രകാരം ഒന്നാം ചാർജും മൂന്നാം ചാർജും തമ്മിലുള്ള ബലം സമം ഒമ്പതിനായിരം ലക്ഷം ഇന്റു ഒന്നിലെ ചാർജ് ഇന്റു മൂന്നിലെ ചാർജ് ബൈ അകലം². അതായത് $9 \times 10^9 \times$ ചാർജ് $1 \times$ ചാർജ് $3 / x^2$

മൂന്നാം ചാർജും രണ്ടാം ചാർജും തമ്മിലുള്ള ബലം സമം $9 \times 10^9 \times$ ചാർജ് $2 \times$ ചാർജ് $3 / y^2$

ഈ രണ്ട് ബലങ്ങളും തുല്യം. ആകയാൽ -

$$\frac{9 \times 10^9 \times \text{ചാർജ് } 1 \times \text{ചാർജ് } 3}{x^2} = \frac{9 \times 10^9 \times \text{ചാർജ് } 2 \times \text{ചാർജ് } 3}{y^2}$$

ഈ ഗണിതബന്ധത്തിന്റെ ഇടത് ഭാഗത്തും വലതുഭാഗത്തും കാണുന്ന തുല്യസംഖ്യകൾ വെട്ടിമാറ്റാമല്ലോ. ചാർജ് 1 = ചാർജ് 2. അപ്പോൾ അവ രണ്ടും പോകും. 9×10^9, ചാർജ് 3 ഇവ രണ്ടുഭാഗത്തും ഉള്ളതുകൊണ്ട് അവയേയും വെട്ടിമാറ്റാം. ബാക്കി വരുന്നത് = $1/x^2 = 1/y^2$ അവയെ തിരിച്ചിട്ടാൽ: $x^2 = y^2$. എന്നുവെച്ചാൽ $x = y$. എന്നുവെച്ചാൽ മൂന്നാം ചാർജ് ഒന്നിന്റെയും രണ്ടിന്റെയും മധ്യത്തിൽ. 3 ൽ നിന്നും ഒന്നി ലേക്കും 2 ലേക്കും ഉള്ള ദൂരം 1/2 മീറ്റർ വീതം.

ഇനി മൂന്നിലെ ചാർജ് പ്ലസ്സോ മൈനസ്സോ?

തൊട്ട് മുന്നിൽ ചാർജ് ഇല്ലെങ്കിൽ ഒന്നിലേയും രണ്ടിലേയും ചാർജു കൾ അടുക്കാനാണ് ചാൻസ്. അത് പാടില്ല. അവ നിന്ന നിൽപ്പിൽ നിൽക്കണം. എങ്കിൽ 3 ലെ ചാർജ് ഒന്നിലും രണ്ടിലും ഉള്ള ചാർജുക ളിൽ ബലം പ്രയോഗിക്കണം. 2 ൽ തള്ളൽ ബലം ഉളവാകണമെങ്കിൽ 3 ലെ ചാർജ് രണ്ടിലേതിനെ വികർഷിക്കണം. വികർഷിക്കണമെങ്കിൽ അവ രണ്ടും ഒരേ ഇനം ചാർജ് ആയിരിക്കണം. 2 ലേത് മൈനസ് ആണ് എന്ന് അറിയാം. ആകയാൽ മൂന്നിലേതും മൈനസ് ആകണം. ഇനി അതിന്റെ അളവ് എത്ര എന്നാണല്ലോ അവസാനത്തെ ചോദ്യം. അതിന് ഉത്തരം കിട്ടാൻ രണ്ടും മൂന്നും തമ്മിലുള്ള വികർഷണത്തെ ഒന്നും രണ്ടും തമ്മിലുള്ള ആകർഷണത്തോട് തുല്യമാക്കി നോക്കാം. അവ തുല്യമാണെങ്കിലേ രണ്ടും അനങ്ങാതെ നിൽക്കൂ. ഒരു കാര്യം കൂടി

ഞാൻ ഓർത്തു. ഭൂമിയിൽ നിന്ന് 1 ലേക്കുള്ള അകലം 2 കി മീ. രണ്ടിലേക്ക് ഒരു കി മീ. അപ്പോൾ ഒന്നും രണ്ടും തമ്മിലുള്ള അകലം സമം 2−1 = 1. ഇനി തുല്യപ്പെടുത്തി നോക്കാം.

ആകർഷണം സമം വികർഷണം.

$$\frac{9 \times 10^9 \times 1 \times 1}{1 \times 1} = \frac{9 \times 10^9 \times 3 \text{ ലെ ചാർജ് } \times^1}{\frac{1}{2} \times \frac{1}{2}}$$

ഞാൻ ഇങ്ങനെ ഒന്നും എഴുതിയില്ല കേട്ടോ. എല്ലാം അന്ന് മനസിലാണ് ചെയ്തത്. ഇങ്ങനെ.:

$9 \times 10^9 \times 1 \times 1$ ബൈ 1×1സമം $9 \times 10^9 \times 3$ ലെ ചാർജ് x^1 ബൈ ½ x ½. രണ്ട് ഭാഗത്തും വരുന്ന സംഖ്യകളെ വെട്ടിമാറ്റിയാൽ 3 ലെ ചാർജ് = ¼ x 1.

എന്നുവെച്ചാൽ

പുതുതായി കൊണ്ടുവന്ന ചാർജ് (മൂന്നാം ചാർജ്) സമം മേൽചാർജ് അളവിന്റെയോ കീഴ്ചാർജ് അളവിന്റേയോ നാലിലൊന്ന്. ചാർജിന്റെ ഇനം മൈനസ്. സ്ഥാനം മേൽ ചാർജിനും കീഴ്ചാർജിനും മധ്യേ.

“മോനേ നിന്റെ മൂന്ന് ഉത്തരവും ഏറ്റവും ശരി.” ദേവിയുടെ ഈ വാക്കുകൾ എന്നിൽ എന്തെന്നില്ലാത്ത സന്തോഷം പകർന്നു. ആ ഉന്മേഷത്തിൽ ഞാനാകെ കോരിത്തരിച്ച് അങ്ങനെ നിൽക്കുമ്പോൾ ദേവി എല്ലാ ജീവജാലങ്ങളുടേയും അന്നദാതാവായ സൂര്യനെ വിളിച്ചു.

എങ്ങും പ്രകാശം വർഷിച്ചുകൊണ്ട് സൂര്യനെത്തി ഇവ്വിധം അരുളി ചെയ്തു:

മക്കളാണ് മാതാപിതാക്കളുടെ വില മതിക്കാനാവാത്ത സമ്പത്ത്.

അവർക്ക് നൽകേണ്ടതും വില മതിക്കാനാവാത്ത സമ്പത്ത് തന്നെയാവണം. അത് ഒരിക്കലും നശിക്കാത്തതാവണം.

ഏത് പെരുങ്കള്ളൻ വിചാരിച്ചാലും മോഷ്ടിക്കാൻ പറ്റാത്തതാവണം.

അത് കൊടുക്കും തോറും കുറയരുത്. മറിച്ച് കൊടുക്കുംതോറും കൂടുന്നതാവണം.

ഈ മൂന്ന് കഴിവുകളും ഉള്ള സമ്പത്ത് ഏത്?

സൂര്യദേവൻ ചോദിച്ചു.

“അറിവ്,” ആത്മവിശ്വാസത്തോടെ ഞാൻ ഒരിക്കൽക്കൂടി ഉച്ചരിച്ചു.

“അറിവ്”

സൂര്യദേവൻ എന്റെ ഉത്തരം ശരിവെച്ച് അനുഗ്രഹം ചൊരിഞ്ഞു–

“മോനെ എന്നെന്നും നിനക്ക് മേൽക്കുമേൽ അറിവ് നേടാനുള്ള കഴിവുണ്ടാവട്ടെ.”

എല്ലാം ഒരു സ്വപ്നം പോലെ

ഇനി പറയാമല്ലോ സൂര്യദേവന്റെ അനുഗ്രഹം ഫലിച്ചു. എനിക്ക് എല്ലാ ശ്രദ്ധയും കേന്ദ്രീകരിച്ച് പഠിക്കാൻ പറ്റി. ഞാൻ നിരന്തരം അറിവ് നേടി. നേടിയ അറിവ് കൂട്ടുകാരുമായി പങ്കിട്ടു. അറിയുന്നത് ഞാൻ അവർക്ക് പകർന്നു നൽകി. കൊടുക്കുന്തോറും എന്റെ അറിവ് തെല്ലുമേ കുറഞ്ഞില്ല. എന്നല്ല, അത് പടിപടിയായി കൂടിക്കൂടി എന്നിൽ കുന്നു കൂടി. ചിലതെല്ലാം ബോധത്തിൽ ലയിച്ചു. ബുദ്ധിയുടെ ഭാഗമായി. അതു വഴി ചിന്തിപ്പിക്കുന്ന ചോദ്യങ്ങൾക്ക് പോലും ഏറ്റവും ശരി ഉത്തരം നൽകാനായി. എൻട്രൻസ് പരീക്ഷയിൽ എനിക്കായിരുന്നു ഫസ്റ്റ്. വിദ്യാ ദേവിയുടെ ആ ചോദ്യം എൻട്രൻസിലെ ഒരു ചിന്തിപ്പിക്കുന്ന ചോദ്യമായിരുന്നു. അതാവാം എനിക്ക് ഫസ്റ്റ് റാങ്ക് നേടിത്തന്നത്.

തുടർന്ന് ഞാൻ മെഡിസിന് ചേർന്നു. ഇതിന്റെ ഓർമക്കായി ഞാൻ കുറിച്ച് വെച്ചതാണ് ഇപ്പോൾ നിങ്ങൾ വായിച്ച എല്ലാ കഥകളും.

ഈ കഥകൾ എല്ലാം വായിക്കുമ്പോൾ എല്ലാം ഒരു സ്വപ്നം പോലെ തോന്നുന്നു.

പക്ഷെ ഒന്ന് നേരാണേ. സ്കൂൾ അടച്ചാൽ ഞങ്ങൾ ആ വൻമാഞ്ചുവട്ടിൽ ഒത്തുകൂടുമായിരുന്നു. ഭാവനയും അനുഭവവും കലർത്തി കഥകൾ പറയുമായിരുന്നു. തുള്ളിച്ചാടി കവിത പാടുമായിരുന്നു അങ്ങനെ കഥയും കവിതയും കളിയും ചിരിയുമായി കഴിഞ്ഞ ആ കാലം.

കാലം പോയാൽ പോയി
പോയകാലം ഒരു സ്വപ്നം പോലെ

ആ മാമ്പഴക്കാലം. ആ കാലം പോയി. ഇനി തിരിച്ചുവരില്ല. എന്നാലും ആ കഥകളൊക്കെ ഓർത്തുപോകുന്നു. എഴുതിപ്പോകുന്നു: ഓരോ സ്വപ്നം പോലെ.

9 789385 04582

Printed by Libri Plureos GmbH in Hamburg,
Germany